활용
베트남인-한국어
한국인-베트남어
회화

http://www.bookmoon.co.kr

활용 베트남인 - 한국어, 한국인 - 베트남어 회화

초판 5쇄 인쇄 2017년 3월 27일
초판 5쇄 발행 2017년 3월 31일

지은이 전남표
발행인 서덕일
표 지 조미경
펴낸곳 문예림
주 소 경기도 파주시 회동길 366 (10881)
전 화 (02)499-1281~2
팩 스 (02)499-1283
E-mail info@bookmoon.co.kr

출판등록 1962.7.12 (제406-1962-1호)
ISBN 978-89-7482-363-2(13790)

잘못된 책은 구입하신 서점에서 교환하여 드립니다.
이 책은 저작권법에 의해 보호를 받는 저작물이므로 무단 전재와 복제를 금합니다.

글을 시작하며...

　한 나라의 언어를 배우는 것은 그리 쉽지 않습니다.
베트남어는 우리말과 달리 성조어(6성어)로 구성되어 있으며 남(호치민)과 북(하노이)의 발음의 차이가 있어 우리가 배우기에는 다소 어렵게 느껴지는 언어이지만 알파벳으로 쓰여 지며 한자어가 많이 있어 단어 및 어휘만 알면 간단한 의사소통이 가능한 언어입니다.
　지구촌, 세계화 시대를 맞이하여 국제결혼은 남의 일이 아닌 우리의 현실로 다가온 지금, 국제 결혼한 가정의 문제점이 대두되고 있습니다.
　특히 언어 소통의 문제는 우선 당장 해결해야 할 최우선 과제로 남아 있습니다. 이 책은 국제결혼을 한 한국남성과 베트남 여성의 원할 한 의사소통을 위하여 조금이나마 도움이 되었으면 하는 마음으로 발간하게 되었습니다.
　이 책을 만드는데 도움을 준 피아이엠 베트남 통역관 옥티투항과 배재대학교 베트남 유학생 리펑 양에게 감사를 드리는 바입니다.

2006. 2. 1.　겨울 어느 날
저자 씀

Lời mở đầu

Trong những năm gần đây, quan hệ giữa Việt Nam và Hàn Quốc ngày càng phát triển, số lượng công dân hai nước kết hôn với nhau đang tăng lên, góp phần thít chặt tình cảm giữa hai quốc gia. Chúng tôi biên soạn cuốn sách này mong giải quyết một phần những khó khăn về ngôn ngữ cho những cặp vợ chồng mới chung sống.

Mục đích của cuốn sách này là cung cấp cho những đôi uyên ương hiểu biết cơ bản nhất về ngôn ngữ của hai nước, về từ vựng, những mẩu hội thoại hay dùng trong cuộc sống gia đình.

Tiếng Việt và tiếng Hàn có điểm khác biệt rất lớn. Tiếng Hàn là thứ ngôn ngữ không có thanh âm trong khi tiếng Việt có đến 6 thanh âm. Tuy nhiên do cả hai ngôn ngữ đều chịu ảnh hưởng của tiếng Hán nên có nhiều từ vựng có ý nghĩa và cách phát âm giống nhau. Chúng tôi hi vọng với cách trình bày rõ ràng từng phần sẽ giúp bạn đọc có cái nhìn tổng quát về hai ngôn ngữ này.

Để cuốn sách được hoàn thành không thể không kể đến sự hợp tác biên soạn của thông dịch viên công ty PIM Ngọc Thị Thu Hằng và lưu học sinh Việt Nam đang học tập tại trường Pai Chai Đoàn Thị Lê Phương. Chúng tôi chân thành cảm ơn sự hợp tác quý báu này.

Hàn Quốc 2005.10 ~ Một ngày mùa thu
Tác giả

목차

Phần 1 : Phát âm và ngữ pháp
제1부 : 발음과 문법

Bài 1 : Phát âm
제1과 : 발음 12
   Ⅰ. 베트남어 발음 – Phát âm tiếng Việt • 12
     1. 알파벳 • 12
     2. 모음 • 13
     3. 자음 • 15
     4. 베트남어의 특징 • 18
   Ⅱ. Phát âm tiếng Hàn – 한국어 발음 • 21

Bài 2 : Cấu trúc câu chính trong tiếng Hàn Quốc
제2과 : 한국어 주요 문형 25
   Ⅰ. Chủ ngữ + 가/이 + vị ngữ hoặc
     Chủ ngữ + 는/은 + vị ngữ • 25
   Ⅱ. Chủ ngữ + 가/이 + tân ngữ + 를/을 + động từ hoặc
     Chủ ngữ + 는/은 + tân ngữ + 를/을 + động từ • 25

Bài 3 : Ngữ pháp
제3과 : 문법 26
   Ⅰ. Thời quá khứ – 과거형 • 26
   Ⅱ. Thời tương lai – 미래형 • 27
   Ⅲ. Thời hiện tại – 현재형 • 27

Ⅳ. Thời hiện tại tiếp diễn - 현재진행형 •29
Ⅴ. Sở hữu cách - 소유격 •29

Phần 2 : Các từ ngữ thông dụng
제2부 : 주로 사용하는 단어

Ⅰ. Các mối quan hệ gia đình - 가족 관계 •32
Ⅱ. Số, số đếm, số thứ tự - 숫자, 양사, 순서 •36
Ⅲ. Thời gian - 시간 •42
Ⅳ. Tuổi tác - 나이 •48
Ⅴ. Màu sắc - 색깔 •50
Ⅵ. Các tính từ về cảm giác - 감각에 관한 형용사들 •52
Ⅶ. Phương hướng - 방향 •54
Ⅷ. Đơn vị đo - 재는 단위 •56
Ⅸ. Thân thể - 신체 •58
Ⅹ. Tên bệnh và thuốc - 병명과 약 •60
Ⅺ. Phương tiện giao thông, nơi chốn
 - 교통수단과 장소 •64
Ⅻ. Nội trợ - 살림 •68
ⅩⅢ. Đồ dùng hàng ngày - 생활용품 •74
ⅩⅣ. Đồ dùng phòng tắm - 욕실용품 •78
ⅩⅤ. Mỹ phám - 화장품 •80
ⅩⅥ. Đồ dùng cho bé - 아이용품 •82

Phần III : Hội thoại thường dùng
제3부 : 유용한 대화들

A. Hội thoại thường dùng khi ở Việt Nam
- 베트남에서 유용한 대화들　　　　　　　86

Bài 1 : Lần đầu tiên gặp gỡ • 86
제1과 : 처음 만날 때

Bài 2 : Hội thoại khi hẹn hò và trong đêm tân hôn
제2과 : 데이트, 및 신혼 첫 밤 대화 • 90

Bài 3 : hội thoại trong lễ cưới • 95
제3과 : 결혼식 때 대화

Bài 4 : Hội thoại trong nhà ăn • 97
제4과 : 식당에서 대화

Bài 5 : Hội thoại khi đi lại • 101
제5과 : 이동시 대화

Bài 6 : Hội thoại khi ở khách sạn • 104
제6과 : 호텔에서 대화

B. Hội thoại thường dùng tại Hàn Quốc
   - 한국에서 유용한 대화들   **109**

   Bài 1 : Khi cô dâu nhập cảnh tại sân bay Incheon -
          Hàn Quốc • 109
   제 1 과 : 신부가 입국시 공항에서

   Bài 2 : Khi cô dâu đến nhà chồng • 112
   제 2 과 : 신부가 시집에 왔을 때

   Bài 3 : Khi chồng đi làm (khi trở về) • 114
   제 1 과 : 남편이 일하러 갈 때(일하러 갔다 올 때)

   Bài 4 : Chào hỏi • 116
   제 4 과 : 인사

   Bài 5 : Câu hỏi - trả lời • 123
   제 5 과 : 질문 - 대답
     I . Câu hỏi- 질문 • 123
     II. Trả lời - 대답 • 129

   Bài 6 : Cảm ơn, xin lỗi • 132
   제 6 과 : 감사, 사과

   Bài 7 : Đề nghị, yêu cầu • 134
   제 7 과 : 부탁, 권유

   Bài 8 : Gọi và trả lời điện thoại • 144
   제 8 과 : 전화걸기와 받기

Bài 9 : Giá cả • **147**
제 9 과 : 가격

Bài 10 : Mua sắm • **149**
제 10 과 : 물건사기
    Ⅰ. 쇼핑할 때 필요한 대화 - Những hội thoại cần thiết khi đi mua sắm • **149**
    Ⅱ. 남편과 아내가 함께 쇼핑하러 갈 때 - Khi chồng cùng vợ đi mua sắm • **155**

Bài 11 : Bữa ăn • **161**
제 11 과 : 식사
    Ⅰ. 집에서 가족과 함께 밥을 먹을 때 - Khi ăn cơm cùng gia đình tại nhà • **161**
    Ⅰ-1. 밥상에서 먹기 전 하는 말 - Câu mời trước khi ăn • **161**
    Ⅰ-2. 밥을 먹는 중에 부부 할 수 있는 대화들 - Cuộc hội thoại có thể thực hiện trong bữa ăn • **162**
    Ⅰ-3. 밥을 먹은 후 하는 말 -Sau khi ăn xong • **166**
    Ⅱ. 부부 외식할 때 - Khi vợ chồng đi ăn bên ngoài • **166**

Bài 12 : Cơ thể, bệnh tật, điều trị • **173**
제 12 과 : 몸, 병, 치료
    Ⅰ. 신체 - Cơ thể • **173**
    Ⅱ. 아플 때 - Đau ốm • **175**
    Ⅲ. 약국에서 - Tại hiệu thuốc • **178**
    Ⅳ. 병원에서 - Tại bệnh viện • **179**
    Ⅴ. 아내가 임신할 때 - Khi vợ mang thai • **182**

V-1. 임신한 것 같은 느낌이 들 때 - Khi vợ có cảm giác đã mang thai • 182

V-2. 산부인과에 갔을 때 - Khi đến bệnh viện phụ sản • 183

Bài 13 : Giao thông • 189
제 13 과 : 교통

Bài 14 : Khi vợ giận dỗi vì chồng về nhà muộn • 195
제 14 과 : 남편이 늦게 집에 오니까 아내가 삐질 때

Phần IV : Phụ lục
제 4 부 : 부록

I . 한국 생활 중 신부의 유의할 점 202
Những điểm lưu ý đối với cô dâu khi sống ở Hàn Quốc

II . 상호간의 호칭 208
Cách xưng hô

III . 개인예절 216
Phép lịch sự cá nhân

IV . 국기 및 국가에 대한 예절 240
Phép tắc, lễ nghi đối với quốc ca và quốc kì

Phần 1

Phát âm và ngữ pháp

제1부 : 발음과 문법

발음

Bài 1 : Phát âm
● 제1과 발음 ●

I. 베트남어 발음 - Phát âm tiếng Việt

1. 알파벳

철자		음가	이름	철자		음가	이름
A	a	아	아	N	n	너어	엔느
B	b	버	베	O	o	오	오
C	c	꺼	쎄	P	p	뻐	뻬
D	d	저	제	Q	q	꾸어	꾸이
Đ	đ	더	데	R	r	러어	에르
E	e	애	애	S	s	써	엣시
G	g	거	줴	T	t	떠	떼
H	h	허	핟	U	u	우	우
I	i	이	이	V	v	버	베
K	k	까	까	X	x	서	잇시
L	l	(을)러	엘르	Y	y	이	이
M	m	머	엠므				

※ 베트남어의 알파벳은 위에서 본 것처럼 모두 23자로 구성되어 있고 이들 중 모음 11자는 다음과 같다.

2. 모음

2.1. 단모음

베트남어는 기본모음 A, E, I (Y), O, U와 이들 기본모음을 변형시킨 Â, Ă, Ô, Ơ, Ư 등의 변모음을 합쳐 단모음은 모두 11개의 음으로 남부 중부 북부발음에 따라 모음 숫자의 차이는 없다.

모음	발 음
A	우리말 모음의 '아' 음과 같은 모음이다. a(아), anh (아잉), an(안), ang(앙), ap(압)
Â	오음 'Ơ' 과 같은 위치에서 발음되지만 뒤에 설명할 'O'음보다 짧다. 우리말 모음의 '어'음과 비슷하다. âm(엄), ân(언), âng(어엉), âp(업)
Ă	위의 'A'와 같은 위치에서 발음되지만 'A'보다 짧게 발음한다. 우리말 모음의 '아'음과 비슷하다. ăn(안), ăm(암), ăng(아앙), ăp(아압)
E	우리말의 '애'와 같은 모음이다. em(앰), eng(앵), en(앤)
Ê	우리말의 '에' 같은 모음이다. êm(엠), ên(엔), ênh(에엥)
I	우리말의 '이'와 같은 모음이다. 이 모음은 음의 길이가 짧게 발음되므로 '이 응안'이라 부르기도 한다. im(임), in(인), inh(이잉)
Y	위의 'I' 같은 발음이지만 길게 발음한다. 따라서 '이 자이'라고 부른다. yêu(이에우), yên(이엔), yêng(이엥)
O	우리말 모음의 '어'에 해당하는 음이지만 우리말 모음의 '어'보다 입을 크게 벌려 발음한다. ong(엉), om(엄), on(언), oc(억)

Ô	우리말 모음의 '오'와 같은 모음이다. ông(옹), ôm(옴), ôc(옥), ôn(온),	
Ơ	우리말 모음의 '어'와 같은 모음이다. 앞에서 설명한 'Â'보다 음의 길이가 길다. ơn(언), ơt(얻), ơp(업)	
U	우리말의 '우'음과 같은 모음이다. um(움), ung(웅), un(운), uc(욱)	
Ư	우리말 모음의 '으'와 같은 모음이다. ưn(은), ưm(음), ưng(웅), ưc(윽)	

2.2. 복모음

베트남어에는 2중모음도 3중모음도 있으나 발음상으로는 2중모음만이 존재한다. 이중모음과 삼중모음이 어떻게 구성되는지 다음과 같다.

◎ 어미에서

모음		발음		발음		발음		발음
A 군	ai, ay	아이	ao	아오	au	아우		
Â 군	âu	어우	ây	어이				
E 군	eo	애오	êu	에우				
I 군	ia	이아	iu	이우				
O 군	oa	오아	oe	오애	oi	어이	ôi	오이
U 군	ua	워	uy	위	ui	우이	uê	우에
Ư 군	ưu	으우	ưi	의				

◎ 어간에서

모음		발음		발음		발음		발음
O 군	oa	와	oă	오아				
I 군	iê	이에	yê	이에				
U 군	uâ	우어	uô	우오	ươ	으어	uy	위

◎ 삼중모음

oai, oay	와이	oeo	오애오	oao	오아오	i ê u , yêu	이에우
uây	우어이	uôi	우오이	uyu	우이우	ươi	으어이
ươu	으어우	uyê	우이에				

3. 자음

베트남어의 자음의 형태는 남쪽 말과 북쪽 말에 따른 차이가 없으나, 발음에 있어서는 차이가 있다. 표기법에 따른 베트남어 자음은 아래와 같다. 자음 단독으로 하나의 음을 구성하는 단자음 16자와 두 자음끼리 또는 자음과 모음의 결합으로 구성되는 형태상의 11자를 포함하여 형태상 27개의 자음이 있으나 어떠한 경우라도 베트남어 자음은 단음이다.

◎ 단자음: B, C, D, G, H, K, L, M, N, P, R, S, T, V, X
◎ 복자음: CH, GH(G), GI, NG(NGH), NH, PH, QU, TH, TR, KH
 - 하노이 발음에 따른 19개의 자음을 알파벳 순서대로 우리말로 그 음을 풀이하면 다음과 같다.

3.1. 첫 자음

B	우리말의 'ㅂ'에 해당하는 발음이다. 예: ba(바), bang(방), bau(바우)
C K	우리말의 'ㄲ'에 해당하는 음이다. 예: cang(깡), can(깐), kê(께), kênh(께잉),
CH TR	이 두 자음은 우리말 자음의 'ㅉ'음과 비슷한 음이다. 예: chan(짠), chai(짜이), tre(째), tro(쩌), trông(쫑)
D GI R	이들 세 자음은 북부 발음에 따르면 우리말의 'ㅈ'음과 비슷한 음이다. 그러나 남쪽 발음에 따르면 'd, gi' 두 음은 우리말의 반모음 '야'에 해당되고 'r'음은 조음 방법에 따르면 전동음, 조음점에 따르면 치경음으로 한국어의 'ㄹ'에 해당되는 음이다. da(자), dong(저엉), gia(쟈), giao(쟈오), ra(라), rŏi(로오이)
Đ	우리말 자음의 'ㄷ'음이다. đang(당), đau(다우), đinh(디잉)
G GH	우리말의 'ㄱ'음이다. 자음 'g'와 'gh'는 뒤에 오는 모음에 따라 형태상의 차이가 있을 뿐이고 음가에 있어서는 차이가 없다. ga(가), go(거), ghê(게), ghe(개), ghi(기)
H	우리말 자음의 'ㅎ'음이다. hang(항), ham(함), hung(홍)
KH	우리말 자음의 'ㅋ'음이다. khan(칸), khinh(키잉), không(코옹)
L	우리말 자음의 'ㄹ'음, 영어의 'L'음이다. 발음할 때 혀를 굴리면서 (을)ㄹ 해야 한다. lang((을)랑), long((을)렁), lung((을)룽)
M	우리말 자음의 'ㅁ'음이다. 예: ma(마), minh(미잉), mênh mông (메잉 모옹)
N	우리말 자음의 'ㄴ'음이다. nang(낭), nung(눙), nam(남)

NG NGH	우리말 자음의 '응', 영어단어의 'ing'에 해당되는 음이다. 'ng'와 'ngh'는 뒤에 오는 모음에 따라 형태상 차이가 있을 뿐 음가는 같다. nga(응아), ngu(응우), nghi(응이), nghe(응애)
NH	우리말의 '냐'음에 해당된다. nha(냐), nhung(늉), nhưng(느응)
PH	우리말에는 "ㅍ"와 비슷하여 영어 자음의 'f'에 해당된다. 예: phở(퍼), phang(팡)
S X	우리말 자음의 'ㅆ'음이다. 두 자음은 's'와 'x'음으로 치음이며 우리말 자음의 'ㅆ'이다. sa(싸), sên(쎈), xa(싸), xem(쎔)
T	우리말 자음의 'ㄸ'음이다. 예: ta(따), tam(땀), tên(뗀), tặng(따앙)
TH	우리말 자음의 'ㅌ'음이다. 예: tha(타), thi(티), tho(토)
V	우리말 자음에는 해당되는 음이 없지만 발음할 때 "ㅂ"음으로 하면 된다. 영어의 'v'음에 해당된다. 예: Việt Nam (베트남), vắng(바앙)

3.2. 끝자음

형태상 27개의 자음을 갖고 있는 베트남어 자음 가운데 형태상 끝 자음으로 쓰이는 자음은 C, CH, N, NG, NH, P, T의 8개뿐이다. 끝 자음은 조음절과 조음 방법에 따라 분류된다. 이들 끝 자음은 앞에 결합되는 모음의 발음에 많은 영향을 준다.

우리말 끝 자음에 비슷한 음은 다음과 같다.

자음	발음
C	우리말 자음의 'ㄱ'음이다. 남부 발음에 따르면 끝 자음 'c' 앞에 'o, ô'음이 올 때는 이들 모음에 영향을 주게 된다. ac(악), oc(억), uc(욱), ec(액), ước(으억)

발음	CH	우리말 자음의 'ㄱ'에 해당되는 음이다. 북부 발음에 따르면 끝 자음 'ch'는 그 앞에 오는 모음 'a'와 결합될 때는 그 모음에 영향을 주게 되어 끝 자음 'c'와 구별되지만 남부 발음은 끝 자음 'c'와 'ch'는 똑같이 발음된다. ach(아익), ich(익), êch(에익)
	M	우리말 자음의 'ㅁ'음이다. am(암), um(움), em(앰)
	P	우리말 자음의 'ㅂ'에 해당되는 음이다. ap(압), up(웁),op(업), ep(앱)
	T	우리말 자음의 'ㄷ'에 해당되는 음이다. at(앋), et(앧), êt(엗), ut(욷)
	N	우리말 자음의 'ㄴ'음이다. an(안), un(운), in(인), on(언), ên(엔)
	NG	우리말 자음에 가장 가까운 자음은 'ㅇ'음이다. 남부 발음에서는 모음 'o, ô'가 결합될 때는 이들 모음에 영향을 준다. ang(앙), eng(앵), ung(웅), êng(엥), ương(으엉)
	NH	남부 발음할 때 우리말에 가장 가까운 음은 'ㄴ'음이다. 북부 발음에 의하면 예와 같이 발음한다. anh(아잉), inh(이잉), ênh(에잉)

4. 베트남어의 특징

4.1. 성조

　베트남어의 가장 큰 특징은 성조언어이다. 중국어가 4성인데 반해 베트남어는 6성을 가지고 있고 성조의 종류에 따라 음의 높낮이와 뜻이 구별된다. 이들 성조의 이름은 중국어가 1,2,3,4성 등으로 불리어지는데 반해 오늘날의 베트남어는 không dấu(콩 저우), dấu sắc(저우 싹), dấu huyền(저우 후엔), dấu hỏi(저우 호이), dấu ngã(저우 응아), dấu nặng(저우 낭) 등과 같은 이름으로 불리어진다.

이들 성조의 표시는 단어의 모음의 아래 또는 위에 다음과 같은 기호로 표시된다.

성조이름	표시 기호	억양	고·저	비고 (성조 위치)
Không dấu 콩 저우	A	변화 없고 단조로움	고	성조 표시 없음
Dấu sắc 저우 싹	Á	올림	고	모음 위
Dấu huyền 저우 후엔	À	변화 없고 단조로움	저	모음 위
Dấu hỏi 저우 호이	Ả	내리고 올림	저	모음 위
Dấu ngã 저우 응아	Ã	내리고 올림	고	모음 위
Dấu nặng 저우 낭	Ạ	내림	저	모음 밑

4.2. 베트남어는 고립어

문법적 관계는 어순에 의해 결정된다. 격을 나타내 주는 조사도 없으며 수나 시제에 따라서 동사들의 수의 변화나 동사의 시제변화가 없다.

> **[예]** Em ăn cơm
> 앰 안 껌
> **나는 밥을 먹어요.**
> Na nun ba-pul mooc cô iô

4.3. 수식어와 피수식어

일반적으로 피수식어는 수식어의 뒤에 위치한다. 그리고 "주어＋서술어＋보어"의 어순을 갖는다.

발음

> **예** ● Trời xanh (수식어+피수식어)
> 쩌이 싸잉
>
> **푸른 하늘...**
> phu rưn ha nưl
>
> ● Tôi học tiếng Hàn (주어+술어+보어)
> 또이 헉 띠엥 한
>
> **나는 한국어를 배워요**
> Na nưn han cu-co rưl bê ua iô

4.4. 베트남어에는 한자 기원어가 많다

베트남어의 약 60% 정도가 한자 기원어이며 그 발음은 우리말과 비슷하다.

> **예** ● Chuẩn bị
> 주언 비
>
> **준비하다**
> Chun bi ha tà.
>
> ● Lãng mạn
> (을)랑 만
>
> **낭만하다**
> Nang man ha tà.
>
> ● Học sinh
> 헉 씨잉
>
> **학생**
> Hắc seng
>
> ● Công cụ
> 공 구
>
> **공구**
> Công cu

II. Phát âm tiếng Hàn - **한국어 발음**

	Chữ Hàn	Đọc là
Các nguyên âm đơn 단모음	아	a
	야	ia
	어	ơ
	여	iơ
	오	ô
	요	iô
	우	u
	유	iu
	으	ư
	이	i
	애	e
	얘	ie
	에	ê
	예	iê
Các nguyên âm kép 이중모음	외 (오+이)	uê
	위 (우+이)	uy
	의 (으+이)	ưi
	와 (오+아)	oa
	왜 (오+애)	oe
	워 (우+어)	uơ
	웨 (우+에)	uê

Các phụ âm đơn 자음	ㄱ	c/k
	ㄴ	n
	ㄷ	t
	ㄹ	r
	ㅁ	m
	ㅂ	b
	ㅅ	x
	ㅇ	ng
	ㅈ	ch
	ㅊ	ch(tr)
	ㅋ	kh
	ㅌ	th
	ㅍ	ph
	ㅎ	h
Các phụ âm kép 쌍자음	ㄲ	c/k
	ㄸ	t
	ㅃ	p
	ㅆ	x
	ㅉ	ch

◎ Các patxim – 받침
  – Patxim là phần nằm dưới cùng trong thành phần cấu tạo nên chữ Hàn Quốc

  음악   có patxim là ㅁ, ㄱ : âm nhạc
  강   có patxim là ㅇ   : dòng sông

새　　không có patxim　: con chim
　　　많다　có patxim là ㄴㅎ : nhiều

◎ Cách đọc các patxim - 받침 읽기

　　- Đọc thành ㄱ(c/k) nếu các patxim là ㄱ, ㅋ, ㄲ, ㄱㅅ, ㄹㄱ

　　　　보기 먹다 - mớc tà　: ăn - 안
　　　　　　 늙다 - núc tà　: già - 자

　- Đọc thành ㄴ(n) nếu các patxim là ㄴ, ㄴㅈ, ㄴㅎ

　　　　보기 안 - an　　　: bên trong - 벤 저엉
　　　　　　 앉다 -an tà　　: ngồi - 응오이

　- Đọc thành ㄷ(t) nếu patxim là ㄷ, ㅅ, ㅈ, ㅊ, ㅌ, ㅎ, ㅆ

　　　　보기 닫다 - tát tà　: đóng - 떠엉
　　　　　　 웃다 - út tà　　: cười - 끄어이
　　　　　　 맞다 - mát tà　: đúng - 뚜웅

　- Đọc thành ㄹ(l) nếu các patxim là ㄹ, ㄹㅂ, ㄹㅅ, ㄹㅌ, ㄹㅎ

　　　　보기 알다 - al tà　: biết - 삐엘
　　　　　　 싫다 - xil thà　: ghét - 개앱

　- Đọc thành ㅁ(m) nếu các patxim là ㅁ, ㄹㅁ

　　　　보기 꿈　- cum　　: giấc mơ - 적 머
　　　　　　 닮다 - tam tà　: giống - 종

- Đọc thành ㅂ(p) nếu các patxim là ㅂ, ㅍ, ㅂㅅ, ㄹㅍ, ㄹㅂ

  Ví dụ 보기 밥 - báp   : 컴 - 껌
          갚다 - cáp tà : trả lại - 자(을)라이

- Đọc thành ㅇ (ng) nếu các patxim là ㅇ

  Ví dụ 보기 강 - cang   : sông - 송
          공항 - công hang : sân bay - 선 바이

Bài 2 : Cấu trúc câu chính trong tiếng Hàn Quốc

● 제2과 한국어 주요 문형 ●

I. Chủ ngữ + tiểu từ (가/이) + vị ngữ hoặc
   Chủ ngữ + tiểu từ (는/은) + vị ngữ

 보기
- Thời tiết đẹp
  날씨가 좋아요.
- Tôi tên là Hằng
  저는 하앙이에요.

II. Chủ ngữ + tiểu từ (가/이) + tân ngữ (를/을) + động từ hoặc
    Chủ ngữ + tiểu từ (는/은) + tân ngữ +(를/을) + động từ

- Dùng 가, 는 khi từ làm chủ ngữ không có patxim.
- Dùng 이, 은 khi từ làm chủ ngữ có patxim.
- Dùng 를 khi từ làm tân ngữ không có patxim.
- Dùng 을 khi từ làm tân ngữ có patxim.

 보기
- Tôi đã ăn cơm.
  저는 밥을 먹었어요.
- Tôi thích dâu.
  저는 딸기를 좋아해요.

Bài 3 : Ngữ pháp

● 제3과 문법 ●

I. Thời quá khứ - 과거형

		Động từ · tính từ Động từ-tính từ	변화과정 Quá trình thay đổi	과거 Quá khứ	한국어 발음 Cách phát âm tiếng Hàn Quốc	뜻 Nghĩa	베트남어 발음 Cách phát âm tiếng Việt
Tiếng Hàn (한국어)	Động từ nguyên thể kết thúc bằng nguyên âm 아 hoặc 오 +았다	가다	가+았다	갔다	cat tà	đã đi	따 띠
		오다	오+았다	왔다	oát tà	đã đến	따 떼엔
		놀다	놀+았다	놀았다	nô rát tà	đã chơi	따 저이
		알다	알+았다	알았다	a rát tà	đã biết	따 삐엔
	Động từ nguyên thể kết thúc bằng các nguyên âm khác như 이, 우, 위, 의 +었다	읽다	읽+었다	읽었다	il cót tà	đã đọc	따 떠억
		배우다	배우+었다	배웠다	be uót tà	đã học	따 허억
		쉬다	쉬+었다	쉬었다	suy ót tà	đã nghỉ	따 응이
		쓰다	쓰+었다	썼다	sớt tà	đã viết	따 비엗
	Động từ có đuôi 하다+였다	공부하다	공부하+였다	공부했다	công bu hét tà	đã học	따 허억
		요리하다	요리하+였다	요리했다	io ri hét tà	đã nấu ăn	따 나우 안
		사랑하다	사랑하+였다	사랑했다	sa rang hét tà	đã yêu	따 이에우

		동사 - 형용사 Động từ-tính từ	변화과정 Quá trình thay đổi	과거 Quá khứ	베트남어 발음 (Cách phát âm tiếng Việt)	뜻 Nghĩa	한국어 발음 Cách phát âm tiếng Hàn
Tiếng Việt (베트남어)	동사, 형용사 앞에 "đã"를 쓰면 과거형이 된다	Ăn	đã+ăn	đã ăn	따 안	먹었다	mooc cot ta
		đẹp	đã+đẹp	đã đẹp	따 때앱	예뻤다	iê pót tà

II. Thời tương lai - 미래형

		동사·형용사 Động từ- tính từ	변화과정 Quá trình thay đổi	미래 Tương lai	한국어 발음 Cách phát âm tiếng Hàn	뜻 Nghĩa	베트남어 발음 Cách phát âm tiếng Việt
Tiếng Hàn (한국어)	Động từ nguyên thể có patxim +을 것이다	좋다	좋+을 것이다	좋을 것이다	chô ưl cót xi tà	sẽ tốt	쌔 또옷
		먹다	먹+을 것이다	먹을 것이다	mơ cưl cót xi tà	sẽ ăn	쌔 안
	Động từ nguyên thể không có patxim +ㄹ 것이다	만나다	만나+ㄹ 것이다	만날 것이다	ma nal cót xi tà	sẽ gặp	쌔 가압
		시원하다	시원하+ㄹ 것이다	시원할 것이다	xi uôn hal cót xi tà	sẽ mát mẻ	쌔 마앝 매
Tiếng Việt (베트남어)	동사 앞에 "sẽ" 붙이면 미래형이 된다	♥	♥	♥	베트남어 발음 Cách phát âm tiếng Việt	♥	한국어 발음 Cách phát âm tiếng Hàn
		Uống	sẽ+uống	sẽ uống	쌔 우엉	마실 것이다	ma xil cot xi ta
		Đói	sẽ+đói	sẽ đói	쌔 떠이	배가 고플 것이다	be ca cô phư cót xi tà

III. Thời hiện tại - 현재형

	Văn nói (구어) Động từ+ 아요 /어요 /여요	Động từ nguyên thể kết thúc bằng nguyên âm 아 hoặc 오 +아요	동사 형용사 Độngtừ tính từ	변화과정 Quá trình thay đổi	현재형 Thời hiện tại	한국어 발음 Cách phát âm tiếng Hàn	뜻 Nghĩa	베트남어 발음 Cách phát âm tiếng Việt
Tiếng Hàn (한국어)			사다	사+아요	사요	sa iô	mua	무어
			보다	보+아요	봐요	bô a-i iô	xem	쌤

Tiếng Hàn (한국어)									
Văn nói (구어)	Động từ +아요/어요/여요	Động từ nguyên thể kết thúc bằng các nguyên âm khác như 이, 우, 위, 의 +였다	찍다	찍+어요	찍어요	Chích cớt sơ iô	chụp	쭈웁
			어렵다 1(★)	어려우+어요	어려워요	O ri ơ ua iô	khó	커어
			들다	들+어요	들어요	tư to iô	mang	마앙
			듣다 2(★)	들+어요	들어요	tư rơ iô	nghe	응애
		Động từ có đuôi 하다+였다	청소하다	청소하+어요	청소해요	chong xô he iô	d ọ n dẹp	저언 재앱
Văn viết (문어)		Động từ không có patchim+ ㅂ니다	살다 3(★)	살+ㅂ니다	삽니다	xam ni tà	sống	쏘옹
			싸다	싸+ㅂ니다	쌉니다	sam ni ta	rẻ	래애
		Động từ có patchim+ 습니다	작다	작+습니다	작습니다	chác xưm ni tà	nhỏ, bé	느어. 배애

Tiếng Việt (베트남어)	동사가 주어 뒤에 붙이면 된다. 예) Tôi ăn cơm - 또이 안 꺼엄 나는 밥을 먹어요 - na nưn bap pưl mooc co iô.

Ghi chú 비고

1(★) : Những từ có patchim "ㅂ" khi kết hợp với 아요/어요/여요 thì ㅂ chuyển thànhh 우 rồi chia như bình thường

2(★) : Một số động từ có patchim "ㄷ" khi kết hợp với 아요/어요/여요 thì "ㄷ" chuyển thành "ㄹ" rồi chia như bình thường

3(★) : Động từ có patchim "ㄹ" thì trong nhiều trường hợp được chia như động từ không có patchim

IV. Thời hiện tại tiếp diễn - 현재진행형

		Động từ	변화과정 Quá trình thay đổi	현재진행형 Thời hiện tại	한국어 발음 Phát âm tiếng Hàn	뜻 Nghĩa	베트남어 발음 Phát âm tiếng Việt
Tiếng Hàn (한국어)	Động từ +고 있다	세수하다	세수하 + 고 있다	세수하고 있다	xê xu ha cô ít tà	rửa mặt	르어 마얕
		마시다	마시 + 고 있다	마시고 있다	ma xi cô ít tà	uống	웡
Tiếng Việt (베트남어)	동사 앞에 "đang"을 붙이면 된 다	♥	♥	♥	베트남어 발음 Phát âm tiếng Việt	♥	한국어 발음 Phát âm tiếng Hàn
		học bài	đang + học bài	đang học bài	따앙 허억 빠이	공부하고 있다	công bu ha cô ít tà

V. Sở hữu cách - 소유격

	Sở hữu cách 소유격	Phát âm 발음	Ví dụ 보기	Phát âm 발음	Nghĩa 뜻	Phát âm 발음
Tiếng Hàn (한국어)	의	ưi (ê)	나의(내) 저의(제)	na ưi (ne) cho ưi (chê)	của tôi của em, của cháu	꾸어 또이 꾸어 앰, 꾸어 짜우
			아버지의 자 동차	a bo chi ưi cha tong tra	xe của bố	쌔 꾸어 뽀
			너의(네) 당신의	no ưi(ne) tang xin ưi	của mày của anh, của ngài	꾸어 마이 꾸어 아잉, 꾸어 응아이
			그의 집	cu ưi chip	nhà của người đó	느아 꾸어 응 어이 떠
			우리의 저희의	u ri ưi cho hi ưi	của chúng tôi	꾸어 쭝 또이

			của các ngài	꾸어 깍 응아이	여러분의	io ro bun ưi
Tiếng Việt (베트남어)	của	꾸어	nhà của ai	느아 꾸어 아이	누구의 집	nu cu ưi chip
			áo của họ	아우 꾸어 허	그들의 옷	cu tul re ot
			bạn trai của cô ấy	반 짜이 꾸어 꼬 아이	그녀의 남자친구	cu nhi-o ưi nam cha trin cu
			của học sinh	꾸어 헉 씨잉	학생의	hac seng ưi

Phần 2

Các từ ngữ thông dụng

제2부 : 주로 사용하는 단어

I. Các mối quan hệ gia đình _ 가족 관계

Tiếng Việt 베트남어	Phát âm tiếng Việt 베트남어 발음	Tiếng Hàn 한국어	Phát âm tiếng Hàn 한국어 발음
ông nội	옹 노이	친할아버지	chin ha-ra-bơ-chi
bà nội	바 노이	친할머니	chin hal-mơ-ni
ông ngoại	옹 응와이	외할아버지	uê-ha-ra-bơ-chi
bà ngoại	바 응와이	외할머니	uê-hal-mơ-ni
ba, bố	바, 보	아빠, 아버지	a-pa, a-bơ-chi
má, mẹ	마, 매	엄마, 어머니	ơm-ma, ơm-mơ-ni
cha mẹ	자 매	부모님	bu-mô-nim
anh	아잉	형(em trai gọi)	hi-oong
anh	아잉	오빠(em gái gọi)	ô-ba
chị	찌	누나(em trai gọi)	nu-na
chị	찌	언니(em gái gọi)	ơn-ni
em	앰	동생	tông-xeng
em trai	앰 자이	남동생	nam-tông-xeng
em gái	앰 가이	여동생	Iơ-tông-xeng
con trai	건 자이	아들	a-tưl
con gái	건 가이	딸	tal
chồng	조옹	남편	nam-phiơn
vợ	버	아내	a-ne
mẹ vợ	매 버	장모님	chang-mô-nim
bố vợ	보 버	장인	chang-in
mẹ chồng	매 조옹	시어머니	xi-ơ-mơ-ni

bố chồng	보 조옹	시아버지	xi-a-bơ-chi
họ hàng	허 항	친척	chin-choc
hàng xóm	항 섬	이웃	I-út
em dâu	앰 저우	올케(chị gọi vợ em trai)	ôl khê
em rể	앰 레	제부씨(chị gái gọi chồng em gái)	chê bu si
em dâu	앰 저우	제수씨(anh trai gọi vợ em trai)	chê xu si
bác trai (bên bố)	빡 짜이 (아버지 쪽)	큰 아버지	khưn a bơ chi
vợ bác trai	버 빡 짜이	큰 어머니	khưn ơ mơ ni
chú	쭈	작은 아버지(em bố đã lấy vợ)	chác cưn a bô chi
thím	티임	작은 어머니	chác cưn ơ mơ ni
chú	쭈	삼촌(chú chưa lấy vợ)	sam trôn
thím	티임	숙모	xúc mô
cậu	꺼우	외삼촌	oe sam trôn
mợ	머어	외숙모	oe xung mô
anh rể	아잉 레	형부(em gái gọi chồng củachị)	hi-oong bu
chị dâu	찌 저우	형수(em trai chồng gọi)	hi-oong su
dì	지	이모	I mô
chú dượng	쭈 즈엉	이모부	I mô bu

가족 관계

cô (em gái bố)	꼬	고모	cô mô
chú (chồng cô)	쭈	고모부	cô mô bu
em rể	앰 레	매제(anh trai gọi chồng em gái)	me chê
em dâu	앰 저우	제수(anh trai gọi vợ em trai)	chê xu
anh em trai	아잉 앰 짜이	형제	hi-oong chê
chị em gái	찌 앰 가이	자매	cha me
anh chị em	아잉 찌 앰	남매	nam me
con dâu	껀 저우	며느리	mi-ơ nư ri
con rể	껀 레	사위	xa uy
cha nuôi	짜 누오이	양아버지	iang a bơ chi
mẹ nuôi	매 누오이	양어머니	iang ơ mơ ni
con nuôi	껀 누오이	양자	iang cha
cha dượng	짜 즈엉	계부	ki-ê bu
mẹ kế	매 께	계모	ki-ê mô
cháu	짜우	조카	chô kha
cháu gái	짜우 가이	손녀(cháu gọi ông bà)	xôn nhi-ơ
cháu trai	짜우 짜이	손자(cháu gọi ông bà)	xôn cha
anh họ	아잉 허	사촌오빠(em gái gọi)	sa chôn ô pa
anh họ	아잉 허	사촌형(em trai gọi)	sa chôn hi-oong

chị họ	찌 허	사촌누나(em trai gọi)	sa chôn nu na
anh vợ	아잉 버	매형(em trai gọi chồng chị gái)	me hi-oong
đồng hao	동 하우	동서	tông xơ
chị dâu	찌 저우	올케언니(em gái gọi vợ anh)	ôl khê
anh trai chồng	아잉 짜이 쪼옹	아주버님(em dâu gọi)	a chu bo nim

- Đây là ông nội tôi.
  떠이 라 옹 노이 또이

  이분은 우리 친할아버지이세요
  I bun nưn u ri chin ha ra bơ chi I xê iô

- Dì tôi ở trong nam.
  지 또이 어 저엉 남

  나의 이모는 남쪽에 계세요
  na úi I mô nưn nam chốc kê ki-ê xê iô

II. Số, số đếm, số thứ tự
숫자, 양사, 순서

1. Số đếm (khi đếm ngày, tuần, tháng, năm, phút, giây, tiền...)
숫자 (일, 주, 월, 년, 분, 초, 돈...셀 때)

Tiếng Việt 베트남어	Phát âm tiếng Việt 베트남어 발음	Tiếng Hàn 한국어	Phát âm tiếng Hàn 한국어 발음
không	코옹	영, 공	iơng, công
một	못	일	il
hai	하이	이	i
ba	바	삼	xam
bốn	본	사	xa
năm	남	오	ô
sáu	사우	육	iúc
bảy	바이	칠	chil
tám	땀	팔	phal
chín	진	구	cu
mười	므어이	십	xíp
mười một	므어이 못	십일	xíp-il
mười hai	므어이 하이	십이	xíp-i
mười ba	므어이 바	십삼	xíp-xam
hai mươi	하이 므어이	이십	I-xíp
hai mươi mốt	하이 므어이 못	이십일	I-xí-bil
hai mươi hai	하이 므어이 하이	이십이	I-xí-bi
hai mươi ba	하이 므어이 바	이십삼	I-xíp-xam

một trăm	못 잠	백	béc
một trăm lẻ một	못 잠 래 못	백일	bé-kil
hai trăm	하이 잠	이백	I-béc
ngàn	응안	천	chơn
mười ngàn	므어이 응안	만	man
triệu	지에우	백만	béc-man

 보기

một ngày – 일일   một năm – 일년   một phút – 일분
hai ngày – 이일   hai năm – 이년   hai phút – 이분
ba ngày – 삼일   ba năm – 삼년   ba phút – 삼분

2. Số đếm (khi tính giờ, đếm đồ vật, nói tuổi...)
기수 (시간, 물건, 나이... 셀 때)

Tiếng Việt 베트남어	Phát âm tiếng Việt 베트남어 발음	Tiếng Hàn 한국어	Phát âm tiếng Hàn 한국어 발음
một	못	하나	ha-na
hai	하이	둘	tul
ba	바	셋	xết
bốn	본	넷	nết
năm	남	다섯	ta-xớt
sáu	사우	여섯	Iơ-xớt
bảy	바이	일곱	il-cốp
tám	땀	여덟	Iơ-tơl
chín	진	아홉	a-hốp
mười	므어이	열	iơl
mười một	므어이 못	열 하나	iơl-ha-na
mười hai	므어이 하이	열 둘	iơl-tul
hai mươi	하이 므어이	스물	xư-mul

숫자, 양사, 순서

ba mươi	바 므어이	서른	xơ-rưn
bốn mươi	본 므어이	마흔	ma-hưn
năm mươi	남 므어이	쉰	xuyn
sáu mươi	사우 므어이	예순	iê-xun
bảy mươi	바이 므어이	일흔	i-rưn
tám mươi	땀 므어이	여든	Iơ-tưn
chín mươi	진 므어이	아흔	a-hưn

☀ 베트남어나 한국어 똑같이 십 단위부터 숫자를 읽을 때 "mười"+숫자 (1-9)
 - Tiếng Việt hay tiếng Hàn khi đọc hàng chục đều giống nhau, chi căn ghép hàng
 chục với các số từ (1-9)

  보기

10 : 십 - 열 - mười
20 : 이십 - 스물 - hai mươi
11 : 십일 - 열 하나 - mười một
21 : 이십일 - 스물 하나 - hai mươi mốt
12 : 십이 - 열 둘 - mười hai
22 : 이십이 - 스물 둘 - hai mươi hai
19 : 십구 - 열 아홉 - mười chín
29 : 이십구 - 스물 아홉 - hai mươi chín

3. Đơn vị đếm đồ vật – 물건을 셀 때 단위

Tiếng Việt 베트남어	Phát âm tiếng Việt 베트남어 발음	Tiếng Hàn 한국어	Phát âm tiếng Hàn 한국어 발음
một căn(ngôi) nhà	못 깐(응오이) 느아	집 한 채	chip han tre
một chiếc xe (máy móc, vi tính, TV…)	못 지엑 새(마이 머억, 비 띠잉,띠 비)	차 한 대	tra han te
hai căn phòng	하이 깐 퍼엉	방 두 칸	bang tu khan
hai cuốn sách	하이 꾸언 싸익	책 두 권	trech tu cuôn
ba quyển vở	바 꾸이엔 버	공책 세 권	công trech xê cuôn
một tờ giấy (tiền, vé)	못 떠 저이 (띠엔, 배)	종이(돈,표) 한 장	chông I(tôn, phi-ô) han chang
một đôi giày(vớ)	못 또이 저이(버)	구두 한 켤레 양말 한 켤레	cu tu han khi ơl lê iang mal han khi ơl lê
bốn quả táo	본 꾸아 따우	사과 네 개	xa qua nê ke
năm thùng mì tôm	남 투웅 미 또옴	라면 다섯 박스	ra mi-ơn ta xớt bac sư
sáu người	싸우 응어이	여섯 명	iơ xớt mi-oong
sáu vị	싸우 비	여섯 분	iơ xớt bun
bảy con chó (gà,vịt…)	빠이 껀 저어(가, 빋)	개(닭, 오리…)일 곱 마리	kê(tac, o ri…)il cốp ma ri
tám tuổi	땀 뚜오이	여덟 살	iơ tơl xal
tám tuổi	땀 뚜오이	팔 세	phal xê
chín chai rượu(bia)	진 짜이 르어우(삐아)	술(맥주) 아홉 병	xul(méc chu) a hốp bi-oong
hai cốc nước	하이 꼬옥 느억	물 두 컵	mul tu khớp
ba tách cà phê(trà)	빠 따익 까 페(차아)	커피(차) 세 잔	khơ phi(tra) xê chan
một miếng đậu	못 미엥 떠우	두부 한 모	tu bu han mô
một vỉ trứng	못 비 즈응	계란 한 판	ki-ê ran han phan

숫자

숫자, 양사, 순서

một hộp kẹo	못 호옵 깨우	사탕 한 상자	xa thang han xang cha
hai cây viết	하이 꺼이 비엗	펜 두 자루	phên han cha ru
một cây bắp cải	못 꺼이 빱 까이	양배추 한 포기	iang be tru han phô ki
hai mớ rau cần	하이 머 라우 껀	미나리 두 단	mi na ri tu tan
một bó hoa	못 뻐 화	꽃 한 다발	cốt han ta bal
một chùm nho	못 주움 느어	포도 한 송이	phô tô han xông i
một bông hoa	못 뽕 화	꽃 한 송이	cốt han xông i
một rổ mận	못 로 먼안	자두 한 바구니	cha tu han ba cu ni
một đêm	못 뗌	한 밤	han bam
ba bộ quần áo	빠 뽀 꾸언 아우	옷 세 벌	ốt xê bơl
một cú điện thoại	못 꾸 띠엔 퇴이	전화 한 통	chơn hoa han thông
một quả dưa hấu	못 꾸아 즈어 하우	수박 한 통	xu bác han thông
hai hộp kim chi	하이 호옵 김치	김치 두 통	kim chi tu thông
ba nải chuối	빠 나이 주어이	바나나 한 다발	banana han ta bal
một cái cây	못 까이 꺼이	나무 한 그루	na mu han cư ru
một túi xoài	못 뚜이 쏴이	망고 한 봉지	mang cô han bông chi
một bát cơm	못 빧 껌	밥 한 그릇 (한 공기)	bap han cư rứt (han công ki)
một bữa ăn	못 쁘아 안	식사 한 끼	xích xa han ki

● Tôi muốn mua một ngôi nhà.
또이 무언 뭐 못 응오이 느아

나는 집 한 채 사고 싶어요
na nưn chip han tre xa cô xip phơ iô

● Bao nhiêu tiền một túi xoài?
빠우 느에우 띠엔 못 뚜이 쏴이

망고 한 봉지에 얼마예요?
mang cô han bông chi ê ơl ma iê iô

4. Số thứ tự - 순서

Tiếng Việt 베트남어	Phát âm tiếng Việt 베트남어 발음	Tiếng Hàn 한국어	Phát âm tiếng Hàn 한국어 발음
thứ nhất	트 느얼	첫째	chot-che
thứ hai	트 하이	둘째	tul-che
thứ ba	트 바	셋째	xêt-che
thứ tư	트 뜨	넷째	nêt-che

- Chúng ta học vào tuần thứ hai.
  쭝 따 헉 바우 뚜언 트 하이

  우리 둘째 주 공부해요
  U ri tul tre chu công bu he iô

- Chị thứ hai của tôi đã lấy chồng.
  찌 트 하이 꾸어 또이 따 (을)러이 조옹

  나의 둘째 언니가 결혼했어요
  na uí tul tre on ni ca ki-o rôn hét xơ iô

Thời gian_시간

1. 시간 단위 표시 – Đơn vị chi giờ

Tiếng Việt 베트남어	Phát âm tiếng Việt 베트남어 발음	Tiếng Hàn 한국어	Phát âm tiếng Hàn 한국어 발음
Thời gian	터이 잔	시간	xi-can
Giây	제이	초	chô
phút	풋	분	bun
giờ, tiếng	저	시	xi

- Bạn có thời gian không?
  반 꺼 터이 잔 코옹
  시간이 있어요?
  xi ca-ni it xơ iô

- Anh xuất phát mấy giờ, mấy phút, mấy giây ạ?
  아잉 쑤얻 팓 머이 저, 머이 풋, 머이 제이 아
  몇 시, 몇 분, 몇 초에 출발하세요?
  mi-oot xi, mi-oot bun, mi-oot trô ê, chul bal ha xê iô

2. 사계절 – Bốn mùa

Tiếng Việt 베트남어	Phát âm tiếng Việt 베트남어 발음	Tiếng Hàn 한국어	Phát âm tiếng Hàn 한국어 발음
mùa	뭐	계절	ki-e chol
mùa xuân	뭐 수원	봄	bôm
mùa hè	뭐 해	여름	Iơ-rưm
mùa thu	뭐 투	가을	ca-ưl
mùa đông	뭐 동	겨울	ki-o-ul
xuân-hạ-thu-đông	수원-하-투-동/	춘-하-추-동	chun-ha-chu-dong

- Em thích mùa nào?
  앰 티익 뮈 나우

  무슨 계절을 좋아하세요?
  mu xưn ki-ê chơ rưl chô a ha xê iô

- Em thích cả bốn mùa.
  앰 티익 까 본 뮈

  사계절 다 좋아해요
  xa ki-ê chơi tha chô a hê iô

3. 날짜 – Ngày tháng

Tiếng Việt 베트남어	Phát âm tiếng Việt 베트남어 발음	Tiếng Hàn 한국어	Phát âm tiếng Hàn 한국어 발음
ngày	응아이	일	il
tháng	타앙	월, 달	uơl, tal
năm	남	년	niơn

- Sinh nhật em ngày 28 tháng 7 năm 1980.
  씨잉 녀얼 앰 응아이 하이 므어이 땀, 타앙 빠이. 남 몯 응안 진 짬 땀 므어이

  제 생일은 1980년 7월 28일이에요
  che seng I rưn chơn cu bec, phal xip ni-ơn, chi ruôl, I xip pha ri ri ê iô

- Hôm nay là ngày mùng mấy?
  홈 나이 라 응아이 뭉 머이

  오늘은 며칠이에요?
  Ô nư-rưn mi ơ chil ri ê iô

4. 요일 – Thứ trong tuần

Tiếng Việt 베트남어	Phát âm tiếng Việt 베트남어 발음	Tiếng Hàn 한국어	Phát âm tiếng Hàn 한국어 발음
thứ hai	트 하이	월요일	uơ-riô-il
thứ ba	트 바	화요일	hoa-iô-il
thứ tư	트 뜨	수요일	xu-iô-il
thứ năm	트 남	목요일	mốc-iô-il
thứ sáu	트 사우	금요일	cưm-iô-il
thứ bảy	트 바이	토요일	thô-iô-il
chủ nhật	주 느얻	일요일	I-riô-il

● Hôm qua là thứ tư.
홈 꽈 라 트 뜨
어제는 수요일이었어요.
Ơ chê nưn xu iô il I ớt xơ iô

5. 주 – tuần

Tiếng Việt 베트남어	Phát âm tiếng Việt 베트남어 발음	Tiếng Hàn 한국어	Phát âm tiếng Hàn 한국어 발음
tuần	두원	주	chu
tuần này	두원 나이	이번주	I-bơn-chu
tuần sau	두원 사우	다음주	ta-ưm-chu
tuần trước	두원 즈억	지난주	chi-nan-chu
một tuần	몯 두원	일주일	il chu il
hai tuần	하이 두원	이주일	I chu il
ba tuần	빠 두원	삼주일	sam chu il
tuần thứ nhất	두원 트 느얻	첫째 주	chot tre chu

tuần thứ hai	뚜원 트 하이	이째 주(두번째 주)	I tre chu (tu bon tre chu)
tuần thứ ba	뚜원 트 바	삼째 주(세번째 주)	xam tre chu (se bon tre chu)
tuần cuối	뚜원 꾸오이	마지막 주	ma chi mac chu
hôm nay	홈 나이	오늘	ô-nưl
hôm qua	홈 과	어제	ơ-chê
ngày mai	응아이 마이	내일	ne-il
sáng	사앙	아침	a-chim
trưa	즈어	점심	chơm-xim
chiều	지에우	오후	ô-hu
tối	도이	저녁	chơ-niơc
ban đêm	반 뎀	밤	bam
ban ngày	반 응아이	낮	nát

 보기

● Tuần sau em về Việt Nam.
  뚜원 싸우 앰 베 베트남
  다음주에 베트남에 가요
  tha ưm chu ê phê thư nam mê ca iô

● Ban ngày nóng, ban đêm lạnh
  반 응아이 너엉, 반 뎀 라잉
  낮에 덥고 밤에 추워요
  na chê thọp cô, bam mê tru ua iô

6. 월 - tháng

Tiếng Việt 베트남어	Phát âm tiếng Việt 베트남어 발음	Tiếng Hàn 한국어	Phát âm tiếng Hàn 한국어 발음
tháng 1	타앙 못	일월	I-ruơl
tháng 2	타앙 하이	이월	I-uơl
tháng 3	타앙 바	삼월	xam-uơl
tháng 4	타앙 본(뜨)	사월	xa-uơl
tháng 5	타앙 남	오월	ô-uơl
tháng 6	타앙 사우	유월	i-u-uơl
tháng 7	타앙 바이	칠월	chi-ruơl
tháng 8	타앙 땀	팔월	phal-ruơl
tháng 9	타앙 진	구월	cu-uơl
tháng 10	타앙 므어이	시월	xi-uơl
tháng 11	타앙 므어이 못	십일월	xíp-i-ruơl
tháng 12	타앙 므어이 하이	십이월	xíp-i-uơl

● Anh đi tháng mấy ạ?
아잉 띠 타앙 마이 아
몇월에 가요?
mi-oot tua rê ca iô

7. 일.월.년 세우기 – Cách tính ngày tháng năm

Tiếng Việt 베트남어	Phát âm tiếng Việt 베트남어 발음	Tiếng Hàn 한국어	Phát âm tiếng Hàn 한국어 발음
năm sau	남 사우	내년	ne-niơn
năm ngoái	남 응와이	작년	chác-niơn
hai năm trước	하이 나암 즈억	이년 전	I-niơn chon
ba năm trước	빠 나암 즈억	삼년 전	xam-niơn chon
hai năm sau	하이 나암 사우	이년 후	I-niơn hu
ba năm sau	빠 나암 사우	삼년 후	xam-niơn hu
một ngày	못 응아이	하루	ha-ru
hai ngày	하이 응아이	이틀	I-thư
ba ngày	바 응아이	삼일	xam-il
bốn ngày	본 응아이	사일	xa-il
năm ngày	남 응아이	오일	ô-il
một tháng	못 타앙	한달/ 일개월	han-tal/il ke uôl
hai tháng	하이 타앙	두달/ 이개월	tu-tal/i ke uôl
một năm	못 남	일년	I-liơn
hai năm	하이 남	이년	I-niơn
ba năm	바 남	삼년	xam-niơn
mười lăm năm	므어이 람 남	십오년	xíp-ô-niơn

- Em đã ở Hàn Quốc 4 ngày
  앰 따 어 한 꾸억 본 응아이
  사일 한국에 있었어요
  xa il han cu kê it xớt xơ iô

IV. Tuổi tác _ 나이

Tiếng Việt 베트남어	Phát âm tiếng Việt 베트남어 발음	Tiếng Hàn 한국어	Phát âm tiếng Hàn 한국어 발음
tuổi	두오이	살, 나이, 연세	xal, na-i, iơn-xê
một tuổi	못 두오이	한살	han-xal
hai tuổi	하이 두오이	두살	tu-xal
ba tuổi	바 두오이	세살	xê-xal
bốn tuổi	본 두오이	네살	nê-xal
mười tuổi	므어이 두오이	열살	iơl-xal
mười lăm tuổi	므어이 람 두오이	열 다섯살	iơl-ta-xớt-xal
hai mươi tuổi	하이 므어이 두오이	스무살	xư-mu-xal
hai mươi một tuổi	하이 므어이 못 두오이	스물 한 살	xư-mul-han-xal
hai mươi hai tuổi	하이 므어이 하이 두오이	스물 두 살	xư-mul-tu-xal
ba mươi tuổi	바 므어이 두오이	서른살	xơ-rưn-xal
ba mươi mốt tuổi	바 므어이 못 두오이	서른 한 살	xơ-rưn-han-xal
ba mươi hai tuổi	바 므어이 하이 두오이	서른 두 살	xơ-rưn-tu-xal
bốn mươi tuổi	본 므어이 두오이	마흔 살	ma-hưn-xal
bốn mươi một tuổi	본 므어이 못 두오이	마흔 한 살	ma-hưn-han-xal
bốn mươi hai tuổi	본 므어이 하이 두오이	마흔 두 살	ma-hưn-tu-xal
năm mươi tuổi	남 므어이 두오이	쉰 살	xuyn-xal
năm mươi mốt tuổi	남 므어이 못 두오이	쉰 한 살	xuyn-han-xal
năm mươi hai tuổi	남 므어이 하이 두오이	쉰 두 살	xuyn-tu-xal
sáu mươi tuổi	사우 므어이 두오이	예순 살	iê-xun-xal
bảy mươi tuổi	바이 므어이 두오이	일흔 살	i-rưn-xal

T t

tám mươi tuổi	땀 므어이 두오이	여든 살	Iơ-tưn-xal
chín mươi tuổi	진 므어이 두오이	아흔 살	a-hưn-xal
năm sau	남 사우	내년	ne-niơn
năm ngoái	남 응와이	작년	chác-niơn
hai năm trước	하이 나암 즈억	이년 전	I-niơn chon

- Em bao nhiêu tuổi?
  앰 바우 니에우 뚜오이

  몇 살이에요?
  miớt sa ri iê iô

- Em hai mươi tư tuổi.
  앰 하이 므어이 뜨 뚜오이

  스물 네 살이에요.
  xư-mul nê sa ri iê iô

- Trông chị trẻ hơn tuổi.
  쫑 찌 째 헌 뚜오이

  나이 보다 젊게 보여요.
  Na I bô ta chơm kê bô iơ iô

나이

V. Màu sắc _ 색깔

색깔

Tiếng Việt 베트남어	Phát âm tiếng Việt 베트남어 발음	Tiếng Hàn 한국어	Phát âm tiếng Hàn 한국어 발음
màu đỏ	마우 떠	빨간 색	pal-can séc
màu trắng	마우 쯔앙	하얀 색	ha-ian séc
màu xanh da trời	마우 사잉 자 저이	하늘 색	ha-nưl séc
màu xanh nước biển	마우 사잉 느억 삐앤	파란 색	pha-ran séc
màu lá cây	마우 (을)라 꺼이	초록색	chô-rốc séc
màu đen	마우 땐	검정색	cơm-chong séc
màu hồng	마우 호옹	분홍색	bun-hông séc
màu nâu	마우 너우	갈색	cal séc
màu xám	마우 쌈	회색	huê séc
màu vàng	마우 바앙	노란 색	nô-ran séc
màu tím	마우 띠임	보라색	bô-ra séc
màu xanh đậm	마우 사잉 떰	남색	nam séc
màu nhạt	마우 느얻	연한 색	iơn-han séc
màu xanh nõn chuối	마우 사잉 너언 주오이	연두색	iơn-tu séc
màu sáng	마우 싸앙	밝은 색	pal-cưn séc
màu đỏ tía	마우 떠 띠아	붉은 색	bul-cưn séc
màu vàng cam	마우 바앙 깜	주황색	chu-hoang séc

- Đây là màu gì?
  떠이 라 마우 지

  이 색깔 무슨 색이에요?
  I séc cal mu sưn séc iê iô?

- Màu này tiếng Hàn gọi là gì?
  마우 나이 띠엥 한 거이 라 지

  이 색깔은 한국어로 뭐예요?
  I séc cal rưn han cúc cơ rô mu iê iô?

VI. Các tính từ về cảm giác
감각에 관한 형용사들

Tiếng Việt 베트남어	Phát âm tiếng Việt 베트남어 발음	Tiếng Hàn 한국어	Phát âm tiếng Hàn 한국어 발음
đắng	따앙	써요	sơ iô
cay	까이	매워요	me ua iô
ngọt	응얼	달아요	ta ra iô
bùi	뿌이	고소해요	cô xô he iô
chua	쭈어	셔요	xi-ơ iô
chát	짜알	떫어요	tơl bơ iô
nhạt	느알	싱거워요	xinh cơ ua iô
mặn	마안	짜요	cha iô
nóng	너엉	뜨거워요	tư cơ ua iô
mát	마알	시원해요	xi uôn he iô
lạnh	라잉	추워요	tru ua iô
ăm	어엄	따뜻해요	ta tứt he iô
nhơn nhớt	너언 너얼	미끌미끌해요	mi cưl mi cưl he iô
đói	떠이	배 고파요	be cô pha iô
no	너	배 불러요	be bul lơ iô
mệt	메엘	피곤해요	phi côn he iô
khát	카알	목 말라요	mông mal lai iô
nặng	낭	무거워요	mu cơ ua iô
buồn ngủ	부언 응우	졸려요	chôl li-o iô
nhẹ	느애	가벼워요	ca bi o ua iô

vui	부이	기뻐요	ki po iô
buồn	부언	슬퍼요	xư phơ iô
hạnh phúc	하잉 푹	행복해요	heng bốc khe iô
bất hạnh	빠얃 하잉	불행해요	bu reng he iô
thoải mái	톼이 마이	편해요	phi-ơn he iô
bất tiện	바얃 띠엔	불편해요	bul phi-ơn he iô
buồn nôn	부언 노온	토하고 싶어요	thô ha cô xip phơ iô
đau	따우	아파요	a pha iô
mềm	메엠	부드러워요	bu tư ro ua iô
cứng	끄응	딱딱해요	tác tác khe iô
dẻo	재우	말랑말랑해요	mal lang mal lang he iô
nhột	노옷	간지러워요	can chi ro ua iô
hồi hộp	호이 호옵	초조해요	trô chô he iô
lo lắng	러 랑	걱정해요	cooc chong he iô

VII. Phương hướng _ 방향

Tiếng Việt 베트남어	Phát âm tiếng Việt 베트남어 발음	Tiếng Hàn 한국어	Phát âm tiếng Hàn 한국어 발음
phía đông	피아 또옹	동쪽	tông trốc
phía tây	피아 떠이	서쪽	xơ trốc
phía nam	피아 남	남쪽	nam trốc
phía bắc	피아 바악	북쪽	búc trốc
trên	첸	위	uy
dưới	즈어이	아래	a re
trước	츠억	앞	áp
sau	싸우	뒤	tuy
bên phải	뻰 파이	오른 쪽	ô rưn trốc
bên trái	뻰 차이	왼쪽	uên trốc
bên cạnh	뻰 까잉	옆	I-ốp
bên trong	뻰 처엉	안	an
bên ngoài	뻰 응와이	밖	bác
đáy	따이	밑	mit
thẳng	타앙	똑바로	tốc ba rô

 보기

● Hãy đi thẳng.
하이 띠 타앙

똑바로 가요.
tốc ba rô ca iô

● Trên vô tuyến có lọ hoa.
첸 보 뚜이엔 꺼 러 화

텔레비전 위에 꽃병이 있어요
thêl lê bi chon uy ê cốt bi-ơng I it xơ iô

VIII. Đơn vị đo _ 재는 단위

Tiếng Việt 베트남어	Phát âm tiếng Việt 베트남어 발음	Tiếng Hàn 한국어	Phát âm tiếng Hàn 한국어 발음
chiều dài	지에우 자이	길이	ki ri
chiều rộng	지에우 로옹	넓이	nơ bi
chiều cao	지에우 까우	키(đối với người)	khi
độ cao	또 까우	높이(vật)	nô phi
cân nặng	껀 나앙	무게	mu kê
tiền tệ	띠엔 떼	화폐	hoa phi-ê
dôla	똘라	달러	tal lo
won	원	원	uôn
đồng	또옹	또옹(베트남 돈)	tông
độ	또	도	tô
nhiệt độ	니엘 또	온도	ôn tô
milimet(mm)	밀리맷	밀리미터	milimi thơ
xentimet(cm)	샌디맷	센티미터	xen ti mi thơ
met(m)	맷	미터	mi thơ
kilomet(km)	길로맷	킬로미터	khil lô mi thơ
dặm	잠	마일	ma il
phít(feet)	핏	핏	phít
lít	릿	리터	ri thơ
mililit	밀릴릿	밀리리터	mil li mi thơ
gam	그암	그램	cư rem
kilogam=cân	길로그암	킬로그램(껀)	khil lô cư rem

Đ v đ

tấn	따언	톤	thôn
độ ẩm	도 엄	습도	xúp tô
độ dương	도 즈엉	영상	I- oong sang
độ âm	도 엄	영하	I-oong ha
cân	껀	근 (※)	cưn
gam(g)	그암	그램	cư rem
kilogam(kg)	길로그암	킬로그램	khil lo cư rem
một nửa	몯 느어	반	ban

- Thước này dài bao nhiêu?
  트억 나이 자이 빠우 느에우

  이 자는 길이 얼마예요?
  I cha nưn ki ri ơl ma iê iô?

- Cho tôi 1 kilôgam thịt lợn.
  저 또이 몯 껀 티읻 런

  돼지 고기 일 킬로그램 주세요.
  toe chi cô ki il khil lô cư rem chu xê iô

— Ghi chú 비고 —

Tiếng Hàn có đơn vị đếm khác với Việt Nam là "근"- cân(gọi là cân tiếng Hàn). Một cân này khi cân rau thì một cân bằng 400g, nếu là thịt thì một cân này bằng 600g.

한국어는 베트남어와 달리 근이란 단위가 있다 (한국 근이라고 한다). 야채를 재면 한 근은 400그램이 되고 고기를 재면 한 근은 600그램이 된다.

IX Thân thể _ 신체

Tiếng Việt 베트남어	Phát âm tiếng Việt 베트남어 발음	Tiếng Hàn 한국어	Phát âm tiếng Hàn 한국어 발음
đầu	떠우	머리	mơ-ri
tóc	떠억	머리카락	mơ-ri-kha-rác
mắt	맏	눈	nun
tai	따이	귀	quy
miệng	미엥	입	íp
môi	모이	입술	íp-xul
mũi	무이	코	khô
răng	르앙	이	i
lưỡi	르어이	혀	hi o
cổ	꼬	목	mô-ốc
vai	바이	어깨	o-ke
ngực	응윽	가슴	ca-xưm
bàn tay	빤 따이	손	xôn
cánh tay	까잉 따이	팔	phal
ngón tay	응언 따이	손가락	xôn-ca-rác
cổ tay	꼬 따이	손목	xôn-mốc
chân	쩐	다리	ta-ri
bàn chân	빤 쩐	발바닥	bal ba tac
ngón chân	응언 쩐	발가락	bal-ca-rác
cổ chân	꼬 쩐	발목	bal-mốc
xương	스엉	뼈	pi ơ

xương sống	스엉 쏘옹	등뼈	tưng-biơ
lưng	르응	등	tưng
eo	애우	허리	hơ-ri
máu	마우	피	phi
bụng	뿌웅	배	be
dạ dày	자 자이	위	uy
đại tràng	따이 쯔앙	대장	te-chang
phổi	포이	폐	phi-ê
tim	띰	심장	xim-chang
gan	간	간	can
phế quản	페 관	기관기	ki-quan-ki

 보기

● Mắt em đẹp quá.
마앋 앰 땝 꾸아

눈이 너무 예뻐요
nun ni nơ mu I-ep pơ iô

● Mũi giống bố
무이 조옹 뽀

아빠 코를 닮았어요
a pa khô rưl tal mat xơ iô

X. Tên bệnh và thuốc
병명과 약

Tiếng Việt 베트남어	Phát âm tiếng Việt 베트남어 발음	Tiếng Hàn 한국어	Phát âm tiếng Hàn 한국어 발음
bệnh	삐엥	병	bi-oong
cảm cúm	깜 꿈	감기	cam-ki
ho	허	기침하다	ki-chim ha tà
sốt	쏘옫	열나다	iơl la tà
mỏi mệt	머이 메엗	몸살 나다	môm-xal la tà
đau đầu	따우 떠우	머리 아프다	mơ-ri a-phư-tà
đau	따우	아프다	a-phư-tà
bệnh dạ dày	삥 자 자이	위병	uy-biơng
đi ngoài/ tiêu chảy	띠 응와이/ 띠에우 짜이	설사하다	xơl-xa ha tà
táo bón	따우 뻔	변비에 걸리다	biơn-bi ê col li tà
bệnh tim	삥 띰	심장병	xim-chang-biơng
đầy bụng	떠이 뿡	소화가 안 되다	xô hoa ca an toen tà
viêm gan	비엠 간	간염	ca-ni-om
bệnh khớp	삥 커업	관절염	quan-chơ-riơm
ung thư	웅 트	암	am
cao huyết áp	까우 후이엗 압	고혈압	cô-hiơ-ráp
bệnh ho gà	삥 허 가	결핵	ciơ-réc
mất ngủ	먿 응우	불면증에 걸리다	bul-miơn-chưng ê col li tà

viêm da	비엠 자	피부병	phi-bu-biơng
bệnh tiểu đường	뻥 띠에우 뜨엉	당뇨병	tang-niô-biơng
bệnh động kinh	뻥 또옹 낑	간질	can-chil
bệnh thần kinh	뻥 탄 낑	정신병	chơng-xin-biơng
mang thai	마앙 타이	임신하다	im-xin ha tà
bị bỏng	삐 뻐엉	화상입다	hoa-xang-ưl íp-tà
bị tai nạn	삐 따이 난	사고를 당하다	xa-cô-rưl tang-ha-tà
bị đứt/cắt	삐 뜨읃	베이다	bê-i-tà
nhiệt độ cơ thể	니엗 또 꺼 테	체온	chê-ôn
nhóm máu	느엄 마우	혈액형	hiơ-réc-khiơng
vết thương	벧 트엉	상처	xang-cho
uống thuốc	웡 툭	약을 먹다	iac cul mooc tà
bệnh nặng	뻥 낭	중병	chung-biơng
bệnh viện	뻥 비엔	병원	biơng-uôn
hiệu thuốc	히에우 툭	약국	iác-cúc
bệnh nhân	뻥 느언	환자	hoan-cha
thuốc	툭	약	iác
y tá	이 따	간호사	can-hô-xa
bác sỹ	빡 씨	의사	ưi-xa
khám bệnh	캄 뻥	진찰을 받다	chin-cha-rưl bát-tà
cho đơn thuốc	저 떤 툭	처방하다	chơ-bang
thuốc nước	툭 느억	물약	mul riác
thuốc viên	툭 비엔	알약	al-iác
trị bệnh	치 뻥	치료를 받다	chi-riô-rưl bát-tà

병명과약

병명과 약

tiêm	띠엠	주사를 맞다	chu-xa rưl mat ta
phẫu thuật	퍼우 투얻	수술하다	xu-xul ha ta
khỏi bệnh	커이 뻥	병이 나았다	biơng-i ná at-tà
mắc bệnh	마악 뻥	병에 걸리다	biơng-ê cơ-li-tà
thuốc cảm	툭 깜	감기약	cam-ki-iác
thuốc hạ nhiệt	툭 하 니엗	해열제	he-iơl-chê
thuốc trợ tim	툭 쩌 띰	강심제	cang-xim-chê
thuốc đau đầu	툭 따우 떠우	두통약	tu-thông-iác
thuốc táo bón	툭 따우 뻔	변비약	biơn-bi-iác
thuốc tiêu chảy	툭 띠에우 짜이	설사약	xơl-xa-iác
thuốc kháng sinh	툭 카앙 씽	항생제	hang-xeng-chê
thuốc giảm đau	툭 잠 따우	진통제	chin-thông-chê
thuốc tránh thai	툭 짜잉 타이	피임약	phi-im-iác
thuốc ngủ	툭 응우	수면제	xu-miơn-chê
vitamin	비 따 민	비타민	bi-tha-min
thuốc bổ	툭 뽀	보약	bô-iác
thuốc đau dạ dày	툭 따우 자 자이	위장약	uy-chang-iác
thuốc tiêu hóa	툭 띠에우 화	소화제	xô-hoa-chê
uống thuốc	웡 툭	복용하다 /약을 먹다	bốc-iông-ha-tà/ iac cul mooc tà
uống trước khi ăn	웡 쯔억 키 안	식전 복용하다	xíc-chơn-bốc-iông
uống sau khi ăn	웡 싸우 키 안	식후 복용하다	xíc-khu-bốc-iông
cách uống thuốc	까익 웡 툭	복용 방법	bốc-iông-bang-bớp
tác dụng phụ	딱 주웅 푸	부작용	bu-chác-ki ông

mỗi ngày ba lần	모이 응아이 바 (을)런	하루 세번	ha-ru-xê-bơn
nhập viện	느업 비엔	입원하다	íp-uôn ha tà
xuất viện	수얼 비엔	퇴원하다	thoe-uôn ha tà

- Cho em thuốc giảm đau.
  저 앰 투억 자암 따우
  진통제를 주세요
  chin thông chê rưl chu xê iô

- Em đang uống thuốc tránh thai.
  앰 따앙 웡 투억 자잉 타이
  피임약을 먹고 있어요
  phi im nhi-ăc cưl mooc cô it xơ iô

XI. Phương tiện giao thông, nơi chốn _ 교통수단과 장소

Tiếng Việt 베트남어	Phát âm tiếng Việt 베트남어 발음	Tiếng Hàn 한국어	Phát âm tiếng Hàn 한국어 발음
bưu điện	브우 디엔	우체국	u-chê-cúc
ngân hàng	응언 하앙	은행	ưn-heng
bệnh viện	벵 비엔	병원	biơng-uôn
trường học	쯔엉 헉	학교	hắc-kiô
chợ	쩌	시장	xi-chang
siêu thị	씨우에 티	슈퍼	xiu-phơ
công viên	공 비엔	공원	công-uôn
trạm xăng	짬 상	주유소	chu-iu-xô
xe buýt	새 부윗	버스	bơ-xừ
tắc xi	딱 시	택시	théc-xi
xe đạp	새 답	자전거	cha-chơn-cơ
ga tàu điện ngầm	가 따우 디엔 응엄	지하철 역	chi-ha-cho-riôc
nhà xanh	느아 싸잉	청와대	trơng oa te
quốc hội	꾸억 호이	국회의사당	cu khuê ưi xa tang
tòa án	똬 안	법원	bơ buôn
viện kiểm soát	비엔 끼엠 쏻	검찰서	cơm tral xơ
đồn cảnh sát	똔 까잉 쏻	경찰서	ki-oong tral xơ
cảnh sát khu vực	까잉 쏻 쿠 브윽	파출소	pha trul xô
thành	타잉	성	xoong
tòa thị chính	똬 티 찌잉	시청	xi trong

quận	꾸언	군청	cun trong
áp	압	읍	up
ủy ban phường	위 반 프엉	동사무소	tông xa mu xô
xe đạp	쌔 땁	자전거	cha chơn cơ
xe máy	쌔 마이	오토바이	ô thô bai
máy bay	마이 빠이	비행기	bi heng ki
sân bay	썬 빠이	공항	công hang
nhà ga	느아 가	역	I-ooc
bến xe tốc hành	뻰 쌔 또옥 하잉	고속버스 터미널	cô xốc bơ xư thơ mi nol
bến xe ngoại thành	뻰 쌔 응와이 타잉	시외버스 터미널	xi oe bơ xư thơ mi nơl
thuyền	투이엔	배	bê
sở thuế	써 투에	세무서	xê mu xơ
phòng quản lí xuất nhập cảnh	퍼엉 꾸안 리 쑤얻 느압 까잉	출입국관리사무소	tru rip cuc quan li xa mu xô
hải quan	하이 꾸안	세관	xê quan
đài phát thanh	따이 팓 타잉	방송국	bang xông cúc
tòa soạn	똬 쏸	신문사	xin mun xa
phòng cháy chữa cháy	퍼엉 짜이 쯔어 짜이	소방서	xô bang xơ
trạm y tế	짬 이 떼	보건소	bô cơn xô
ủy ban xã	위 빤 싸	면사무소	mi-ơn xa mu xô
hội chữ thập đỏ	호이 즈 타압 떠	적십자회	chooc xip cha hoe

교통수단과 장소

rạp chiếu phim	랍 지에우 핌	영화관	I-ong hoa quan
cô nhi viện	꼬 니 비엔	고아원	cô a uôn
cảng tàu thủy	까앙 따우 튀	여객선 터미널	iơ kec xơn thơ mi nơl
đại sự quán	따이 쓰 꾸안	대사관	te xa quan
lãnh sự quán	라잉 쓰 꾸안	영사관	iơng xa quan
sân vận động	썬 번 또옹	운동장	un tông chang
trường măm non	쯔엉 마엄 넌	유치원	I-u tri uôn
bến đỗ xe buýt	뻰 또 쌔 부윗	버스 정류장	bơ xư choong nhi-u chang
phòng kiểm dịch	퍼엉 끼엠 지익	검역소	ki ơm ooc xô
công ty bảo hiểm	꼬옹 띠 빠우 히엠	보험회사	bô hơm hoe xa
công ty điện lực	꼬옹 띠 띠엔 르윽	전력사	chơn ri-ooc xa
hiệu sách	히에우 싸익	서점	xơ chơm
cửa hàng quần áo	끄어 항 꾸안 아우	옷 가게	ôt ca kê
cửa hàng	끄어 항	가게	ca kê
tạp phẩm	따압 파엄	문구점	mun cu chơm
quán ăn	꾸안 안	식당	xich tang
căng tin	까앙 띤	매점	me chơm
tiệm làm đầu	띠엠 람 떠우	미용실	mi iông xil
cửa hàng mỹ phẩm	끄어 항 미 파엄	화장품 가게	hoa chang phum ca kê
khoa phụ sản	콰 푸 싼	산부인과	xan bu in qua
công ty du lịch	꼬옹 띠 주 리익	여행사	io heng xa

khách sạn	카익 싼	호텔	hô thel
nhà nghỉ	느아 응이	모텔	mô thel
nhà trọ	느아 쩌	여관	iơ quan
công ty thông tin hôn nhân	꼬옹 띠 토옹 띤 호 온 느언	결혼정보 회사	ki o rôn chơng bô hoe xa
điểm bán vé	띠엠 빤 배	매표소	me phi ô xô
cửa hàng hoa quả	끄아 항 화 꾸아	과일 가게	qua il ca kê
cửa hàng hoa	끄아 항 화	꽃집	cốt chip
cửa hàng bánh	끄아 항 빠잉	빵집	pang chip
điểm nghỉ giữa chừng	띠엠 응이 즈어 쯩	휴게소	hi-u kê xô
trung tâm	쭝 떰	시내	xi ne
nhà trẻ	느아 째	어린이집	o ri ni chip

● Trường học ở đâu?
쯔엉 헉 어 떠우
학교 어디예요?
hac ki-ô ơ ti iê iô

● Em đi như thế nào đến bưu điện?
앰 띠 느 테 나우 뎨엔 브우 띠엔
우체국에 어떻게 가요?
u trê cu kê ơ tooc khê ca iô

● Em đi bằng tàu lửa đến đại sứ quán
앰 띠 바앙 따우 르어 뗀 따이 쓰 꾸안
대사관에 기차로 왔어요
te xa qua nê ki tra rô oát xơ iô

Nội trợ_살림

Tiếng Việt 베트남어	Phát âm tiếng Việt 베트남어 발음	Tiếng Hàn 한국어	Phát âm tiếng Hàn 한국어 발음
quán ăn	꾸안 안	식당	xíc-tang
đi đến quán ăn	띠 뗀 꾸안 안	식당에 가다	xíc-tang-ê ca-tà
quán rượu	꾸안 르어우	술집	xul-chíp
cơm sáng	껌 싸앙	아침 밥	a-chim-bap
cơm trưa	껌 쯔어	점심 밥	chơm-xim-pap
cơm tối	껌 또이	저녁 밥	chơ-niốc-pap
ăn cơm tối	안 껌 또이	저녁을 먹다	chơ-niốc-mooc ta
món ăn	먼 안	음식	ưm-xíc
thực đơn	트윽 떤	메뉴	me-niu
cơm	꺼엄	밥	bap
canh	까잉	국	cúc
gạo	까우	쌀	sal
dầu ăn	저우 안	기름	ki-rưm
muối	무오이	소금	xô-cưm
đường	뜨엉	설탕	xơl-thang
ớt	얻	고추	cô-chu
nước mắm	느억 마암	멸치 액젓	mi ool chi ếch-chọt
xì dầu	시 저우	간장	can-chang
bánh	빠잉	빵	bang

mỳ tôm	미 떰	라면	ra-miơn
thịt	틷	고기	cô-ki
thịt bò	틷 뻐	소고기	xô-cô-ki
thịt lợn(heo)	틷 러언(해우)	돼지고기	toe-chi-cô-ki
thịt gà	틷 가	닭고기	tac-cô-ki
cá nước ngọt	까 느억 응얻	물고기	mul-cô-ki
cá biển	까	생선	xeng-xơn
món gỏi cá	먼 거이 까	회	huê
trứng	쯔응	계란	kiê-ran
rau	라우	야채	ia-che
cà chua	까 주아	토마토	thô-ma-thô
khoai lang	콰이 랑	고구마	cô-cu-ma
khoai tây	콰이 떠이	감자	cam-cha
hành tây	하잉 떠이	양파	iang-pha
hành hoa	하잉 화	족파	chŏc-pha
tỏi	떠이	마늘	ma-nưl
đậu phụ (đậu hũ)	떠우 푸 (떠우 후)	두부	tu-bu
lạc, đậu phộng	락 (떠우 퍼옹)	땅콩	tang-không
hoa quả	화 꾸아	과일	qua-il
nho	느어	포도	phô-tô
táo	따우	사과	xa-qua
lê	레	배	be
hồng	호옹	감	cam
dưa hấu	즈어 하우	수박	xu-bác
chuối	주오이	바나나	ba-na-na

살림

cam	깜	오렌지	ô-rên-chi
rượu	르어우	술	xul
rượu ngoại	르어우 응와이	양주	iang-chu
rượu thuốc	르어우 툭	약주	iác-chu
bia	삐어	맥주	méc-chu
nước hoa quả	느억 화 꾸아	쥬스	chu-xừ
côla	꼴라	콜라	khô-la
sữa	쓰어	우유	u i-u
cà phê	까 페	커피	khơ-phi
ly/chén	리/잰	잔	chan
bát	뺕	그릇	cư-rứt
đũa	뛰	젓가락	chót-ca-rắc
thìa	티아	숟가락	xút-ca-rắc
nồi cơm điện	노이 껌 띠엔	전기밥솥	chơn-ki-báp-xốt
bếp ga	뻽 까	가스렌지	ca-xư-rê-in-chi
kim chi	낌 지	김치	kim-chi
thịt nướng	틷 느엉	삼겹살	sam ki-oop sal
gà hăm sâm	가 함 쌈	삼계탕	xam-kiê-thang
chè	째	팥빙수	phat binh xu
thức ăn	트윽 안	반찬	pan-chan
dinh dưỡng	징 즈엉	영양	iơng-iang
món ăn truyền thống	먼 안 쭈엔 토옹	전통음식	chơn-thông-ưm-xíc
món ăn nước ngoài	먼 안 느억 응와이	양식	iang-xíc

món ăn Hàn Quốc	먼 안 하안 꾸억	한국음식	han-cúc-ưm-xíc
ngon	응언	맛있다	ma-xít-tà
không ngon	코옹 응언	맛없다	ma-tợp-tà
ăn thử	안 트	먹어 보다	mơ-cơ-bô-tà
cay	까이	맵다	mép-tà
mặn	마안	짜다	cha-tà
ngọt	응얼	달다	tal-tà
đắng	따앙	쓰다	xư-tà
nhạt	느얉	싱겁다	xing-cớp-tà
đầu bếp	떠우 뻽	요리사	iô-ri-xa
nấu ăn	너우 안	요리하다	iô-ri-ha-tà
dao	자우	칼	khal
thớt	터엇	도마	tô ma
kéo	깨우	가위	ca uy
nồi	노이	냄비	nem bi
chảo	짜우	후라이팬	hu ra I phen
bát	빹	그릇	cư rứt
đĩa	띠아	접시	chóp xi
muôi	뮈이	국자	cúc cha
thìa xới cơm	티아 써이 껌	주걱	chu cooc
luộc	루억	삶아요	xal mai iô
xào	사우	볶아요	bốc ca iô
kho	커	조림해요	chô rim he iô
rán	란	튀겨요	thuy ki-ơ iô
nấu	너우	끓어요	cư rơ iô

살림

살림

bàn bếp	빤 뻽	싱크대	xinh cư te
máy xay sinh tố	마이 사이 씽 또	믹서기	mích xơ ki
găng tay cao su	가앙 따이 까오 쑤	고무장갑	cô mu chang cap
khăn lau bàn	칸 라우 빤	행주	heng chu
giẻ rửa bát	재 르어 빹	수세미	xu xê mi
hộp đựng thức ăn	홉 뜨응 특 안	반찬통	ban chan thông
cái mở chai	까이 머 짜이	병따개	bi-oong ta ke
lò vi sóng	러 비 써엉	전자 레인지	chơn cha rê in chi
quạt máy	꾸앋 마이	선풍기	son phung ki
thau	타우	다라	ta ra
ấm đun nước	엄 뚠 느억	주전자	chu chơn cha
thùng rác	퉁 르악	휴지통	hi-u chi thông
nĩa	니아	포크	phô khư
bàn ăn cơm	빤 안 껌	식탁	xích thac
rổ	로	바구니	ba cu ni
nước rửa bát	느억 르어 빹	퐁퐁	phông phông

● Đưa cho em đôi đũa.
  뜨어 저 앰 또이 뚜어
  젓가락 주세요.
  chót ca rac chu xê iô

● Hết gạo rồi.
  헷 가우 로이
  쌀이 떨어졌어요.
  sa ri tơ rơ chi ot xơ iô

- Em cho vừa gia vị chưa?
  앰 저 브어 자 비 즈어

  간맞게 했어요?
  can mat kê het xơ iô?

- Em nấu mì tôm.
  앰 너우 미 또옴

  라면 끓어요
  ra mi-ơn cư rơ iô.

Đồ dùng hàng ngày
생활용품

Tiếng Việt 베트남어	Phát âm tiếng Việt 베트남어 발음	Tiếng Hàn 한국어	Phát âm tiếng Hàn 한국어 발음
tủ quần áo	뚜 꾸언 아우	옷장	ŏt chang
giường	즈엉	침대	trim te
đệm	뗌	담요	tam mi-ô
chăn	짠	이불	I bul
chăn điện	짠 띠엔	전기담요	chơn ki tam mi-ô
ti vi	띠 비	텔레비젼	thêl lê bi chi-ơn
vi tính	비 띠잉	컴퓨터	khơm phi-u thơ
áo	아우	옷	ŏt
áo ngắn tay	아우 응안 따이	반팔	ban-phal
áo ngủ	아우 응우	잠옷	cham-ŏt
ô (dù)	오(주)	우산	u-san
quần	꾸언	바지	ba-chi
quần bò	꾸언 버	청바지	chong-ba-chi
khăn mùi xoa	카안 무이 쏴	손수건	xôn-xu-cơn
khăn mặt	카안 맏	수건	xu-cơn
quà lưu niệm	꾸아 르우 니엠	기념품	ki-niơm-phum
quà	꾸아	선물	xơn-mul
giày da	짜이 자	구두	cu-tu
giày thể thao	짜이 테 타우	운동화	un-tông-hoa
dép	잽	신발	xin-bal
tất	떧	양말	iang-mal

tất da chân	떧 자 전	스타킹	xừ-tha-khinh
mũ(nón)	무(넌)	모자	mô-cha
nước hoa	느억 화	향수	hiang-xu
gối	고이	베개	bê ke
gương	그엉	거울	co ul
kem đánh răng	껨 따잉 랑	치약	chi-iác
bàn chải đánh răng	빤 짜이 따잉 랑	칫솔	chit-xôl
thuốc lá	툭 라	담배	tam-be
hộp quẹt/ bật lửa	홉 꾸엩 /뻗 르아	라이터	la-i-tha
kính mắt	끼잉 맏	안경	an-ki-ơng
máy ảnh	마이 아잉	카메라 (사진기)	kha-mê-ra (sa chin ki)
phim chụp ảnh	핌 쭙 아잉	필름	phi-lưm
đồng hồ	또옹 호	시계	xi-ki-ê
băng nhạc	빠앙 느악	테이프	thê-i-phừ
đồ điện tử	또 띠엔 뜨	전자제품	chơn-cha-chê-phum
đồ dùng trong gia đình	또 쭝 쯔엉 짜 띠잉	가전제품	ca-chơn-chê phum
đồ gốm	또 꼼	도자기	tô-cha-ki
đĩa CD	띠아 씨 띠	씨디	xi-đi
tủ lạnh	뚜 라잉	냉장고	neng-chang-cô
máy giặt	마이 잗	세탁기	xê-thác-ci

생활용품

nước giải khát	느억 자이 카앋	음료수	ưm-nhiô-xu
rượu	르어우	술(소주)	xul(sô chu)
bia	삐어	맥주	méc-chu
nhẫn	느언	반지	ban-chi
dây chuyền	저이 주엔	목걸이	mõc-cơ-ri
sắt	쌀	쇠	xuê
đồng	동	동	tông
vàng	브앙	금	cưm
bạc	바악	은	ưn
hàng trong nước	항 츠엉 느억	국산품	cúc-xan-phum
hàng ngoại	항 응와이	외제품	uê-chê-phum
điện thoại	띠엔 톼이	전화기	chơn hoa ki
điện thoại di động	띠엔 톼이 지 동	핸드폰	hen tư phôn
ghế	그에	의자	uí cha
bàn	반	책상	tréc sang
bàn là	반 라	다리미	ta ri mi
máy lạnh	마이 라잉	에어컨	ê ơ khơn

 보기

- Đây là cái bàn là.
  떠이 라 까이 반 라
  이것은 다리미예요.
  I cơt xưn ta ri mi I ê iô

- Trong nhà có bàn, ghế, tủ.
  쪄엉 느아 꺼 반, 그에, 뚜
  집안에 책상, 의자, 옷장이 있어요
  chi ban nê tréc sang, uí cha, ôt chang I it xơ iô.

Đ d h n

- Anh dùng điện thoại di động không?
  아잉 주웅 띠엔 톼이 지 동 코옹

  핸드폰 쓰세요?
  hen tư phôn sư xê iô

XIV. Đồ dùng phòng tắm
욕실용품

Tiếng Việt 베트남어	Phát âm tiếng Việt 베트남어 발음	Tiếng Hàn 한국어	Phát âm tiếng Hàn 한국어 발음
bồn tắm	본 따암	욕조	I ốc chô
khăn tắm	칸 따암	타울	tha ul
thau rửa mặt	타우 르어 맏	세수 대아	xê xu te a
máy giặt	마이 자앋	세탁기	xê thác ki
bồn cầu	본 까우	변기	bi-ơn ki
kem đánh răng	깸 따잉 르앙	치약	tri i-ắc
bàn chải đánh răng	빤 자이 따잉 르앙	칫솔	trit sôl
xà phòng bột	사 펑 볻	가루 비누	ca ru bi nu
dầu gội đầu	저우 고이 떠우	샴푸	si am phu
bàn cạo râu	반 까우 러우	면도기	mi-ơn tô ki
giấy vệ sinh	저이 베 씨잉	화장지	hoa chang chi
vòi hoa sen	버이 화 쌘	샤워기	xi-a ua ki
bồn rửa mặt	본 르어 맏	세면대	xê mi-ơn te
dầu xả	저우 사	린스	rin xư
thuốc tẩy	뚝 떠이	락스	rác xư
xà phòng thơm	사 펑 텀	비누	bi nu
khăn kì lưng	칸 끼 릉	때밀이 수건	tê mi ri xu cơn
sữa rửa mặt	쓰어 르어 맏	폼 크린징	phôm khư rin dinh

- Em mua giấy vệ sinh nhé.
  앰 뭐 저이 베 씨잉 니애

  화장지 사세요
  hoa chang chi xa xê iô

- Vẫn còn kem đánh răng chứ ạ?
  버언 껀 껨 따잉 르앙 즈 아?

  치약 아직 있죠?
  tri I-ắc a chich it chi-ô

- Em phải rửa mặt bằng sữa rửa mặt.
  앰 파이 르어 맏 바앙 쓰어 르어 맏

  폼 크린징으로 세수해야 해요
  phôm khư rin dinh ư rô, xê xu he I-a he iô

XV. Mỹ phẩm _ 화장품

Tiếng Việt 베트남어	Phát âm tiếng Việt 베트남어 발음	Tiếng Hàn 한국어	Phát âm tiếng Hàn 한국어 발음
kem nước lót da	깸 느억 럿 자	스킨	xư khin
kem giữ ẩm	깸 즈 엄	로션	ro xi-ơn
kem mát xa	깸 맛 싸	맛사지 크림	mát xa chi khư rim
kem chống nhăn	깸 조옹 느안	주름 크림	chu rưm khư rim
son môi	썬 모이	립스틱	rip xư thich
sơn móng tay	선 머엉 따이	메니큐어	mê ni khiu ơ
phấn mắt	펀 마앋	섀도우	xie tô u
mác ca ra	막 가 라	마스카라	ma xư kha ra
phấn bột	펀 볻	파우더션	pha u tơ xi-ơn
phấn lót nền	펀 럳 넨	메이컵 베이스	mê I khớp bây I xừ
nước hoa	느억 화	향수	hi-ang xu
phấn	펀	투웨이케익	thu uê I khếch
kem dưỡng da	깸 즈엉 자	에센스	ê xên xừ
kem tẩy trang	깸 떠이 장	크린징 크림	khư rin dinh khư rim
bút kẻ mắt	붇 깨 마앋	아이 라인	a I ra in
nhíp	니입	쪽집게	trốc chíp kê
phấn hồng	펀 호옹	볼터치	bôl thơ chi
keo xịt tóc	깨우 싣 떠억	스프레이	xư phư rê i
keo giữ nếp tóc	깨우 즈 넵 떠억	왁스	oac xừ
kem chống nắng	깸 조옹 나앙	썬크림	son khư rim

bút kẻ lông mày	붇 깨 로옹 마이	펜슬	phen xứl
mỹ phám	미 펌	화장품	hoa chang phưm
kem mắt	깸 마앝	아이 크림	a I khư rim

- Em không dùng mỹ phám.
  앰 코옹 주옹 미 펌

  화장품을 쓰지 않아요
  hoa chang phum mưl, sư chi an nai iô

- Hàng ngày nên bôi kem nước lót da và kem giữ ám
  항 응아이, 넨 보이 깸 느억 롯 자, 바 깸 즈 엄

  매일 스킨과 로션을 쓰세요
  me il xư khin qua rô xi-o nưl sư xê iô

- Em bôi son được chưa?
  앰 보이 썬 뜨억 즈어

  립스틱 잘 발랐어요?
  rip xư thích chal bal lat xơ iô

XVI. Đồ dùng cho bé_아이용품

Tiếng Việt 베트남어	Phát âm tiếng Việt 베트남어 발음	Tiếng Hàn 한국어	Phát âm tiếng Hàn 한국어 발음
băng vệ sinh	바앙 베 씽	생리대	xeng ni te
tã lót	따 러엇	면귀저기	mi-on quy cho ki
bình bú	비잉 뿌	젖병	chot bi-ong
áo trẻ sơ sinh	아우 재애 서씽	갓난이 옷	can nan ni ôt
bao tay	빠우 따이	손싸기	xôn sa ki
tất chân	떠엇 저언	양말	I-ang mal
mũ	무우	모자	mô cha
giày trẻ em	저이 재애 앰	아기 신발	a ki xin bal
máy vắt sữa	마이 바앗 쓰어	유즙기	I-u chup ki
xe đẩy trẻ em	쌔 떠이 재애 앰	유모차	I-u mô cha
đồ chơi	또 저이	장난감	chang nan cam
yếm	이엠	턱받이	thooc bat chi
khăn tay	카안 따이	손수건	xôn xu con
phấn trẻ em	퍼언 재애 앰	파우더	pha u dơ
xà phòng trẻ em	사 퍼엉 재애 앰	아이 비누	a I` bi nu
dầu gội trẻ em	자우 고이 재애 앰	아기 샴푸	a I si-am phu

- Em thay tã lót cho con đi.
  앰 타이 따 러엇 저 껀 띠

  우리 아기 귀저기 갈아 주세요.
  u ri a ki quy chơ ki ca ra chu xê iô

- Hãy thay giày cho con đi.
  하이 타이 저이 저 껀 디

아이 구두를 갈아 주세요.
a i cu tu rưl ca ra chu xê iô

● Anh cho con đồ chơi đi.
아잉 저 껀 또 저이 띠

우리 아이 장난감 주세요
u ri a i chang nan cam chu xê iô

Phần 3

Hội thoại thường dùng

제3부 : 유용한 대화들

 **Hội thoại thường dùng tại Việt Nam**
– 베트남에서 유용한 대화들

Bài 1 : Lần đầu tiên gặp gỡ
제1과   처음 만날 때

● **Em chào anh.**
   앰 자우 아잉(여자가 남자에게 인사할 때)
   안녕하세요?
   a nhi-ơng ha xê iô

● **Anh chào em.**
   아잉 자우 앰 (남자가 여자에게 인사할 때)
   안녕하세요?
   a nhi-ơng ha xê iô

● **Lần đầu tiên được gặp anh (em).**
   란 따우 띠엔 뜨억 깝 아 잉(앰)
   처음 뵙겠습니다
   tro ưm boêp kết xưm ni tà

● **Rất vui được gặp anh (em).**
   르얼 부이 뜨억 깝 아잉(앰)

만나서 반갑습니다
man na sơ ban cáp xưm ni tà

- **Tên em là gì?**
  뗀 앰 라 지?
  이름이 무엇이에요?
  I rư-mi mu-ớt xi ê iô

- **Tên em là…**
  뗀 앰 라…
  제 이름은…이에요
  chê I rư-mưn …i ê iô.

- **Em bao nhiêu tuổi?**
  앰 빠우 니에우 뚜오이
  몇 살이에요?
  miết sa-ri ê iô

- **Em hai mươi tuổi.**
  앰 하이 므어이 뚜오이
  스무 살이에요
  sư mu sa ri ê iô

- **Hẹn gặp lại em.**
  핸 깝 라이 앰
  또 봐요
  Tô bo-a iô

● **Vâng, hẹn gặp lại anh**
  바엉, 핸 깝 라이 아잉
  네, 또 뵙겠습니다
  Nê, Tô boêp kết sưm ni tà

● **Gia đình em có mấy người?**
  자 띠잉 앰 꺼 머이 응어이
  가족 몇 명이에요?
  ca chốc mi-oot mi-oong I ê iô

● **Nghề nghiệp của anh (em) là gì ?**
  응에 응이엡 꾸어 아잉(앰) 라 지
  당신 직업은 뭐에요?
  tang xin chich cop bưn mua iê iô.

● **Sở thích của anh (em) là gì?**
  써 티익 꾸어 아잉(앰) 라 지
  당신 취미는 무엇이에요?
  tang xin truy mi nưn mua ớt xi iê iô

● **Tại sao em muốn lấy chồng Hàn Quốc?**
  따이 싸우 앰 무언 러이 쪼옹 한 꾸억
  왜 한국사람하고 결혼하려고 해요?
  Oe han cúc xa ram ha cô, ki-o rôn ha ri o cô he iô

● **Em học hết lớp mấy?**
  앰 허억 헷 러업 머이

학교는 어디 나오셨어요?
hac ki-ô ơ ti na ô xi-ớt xơ iô

- Em học hết cấp I (cấp II, cấp III)
앰 허억 헷 껍 몯 (껍 하이, 껍 빠)
초등학교(중학교, 고등학교)를 졸업했어요
trô tưng hác ki-ô(chung hac ki-ô, cô tưng hác ki-ô) rưl chôl rớp hét xơ iô

- Em (anh) sống cùng bố mẹ à?
앰(아잉) 쏘옹 꾸웅 뽀 매 아
부모님과 함께 사나요?
bu mô nim qua ham kê xa nai iô

- Quê anh (em) ở đâu?
꾸에 아잉(앰) 어 떠우
고향이 어디에요?
cô hi-ang I ơ ti iê iô

Bài 2 : Hội thoại khi hẹn hò và trong đêm tân hôn

● 제2과   데이트, 및 신혼 첫 밤 대화 ●

● 남성(Nam giới) : 나는 당신을 사랑합니다.
Na nưn tang xin nưl xa rang ham ni tà
Anh yêu em
아잉 이에우 앰

● 여성(Nữ giới) : 나는 당신을 사랑합니다.
na nưn tang xin nưl xa rang ham ni tà
Em yêu anh
앰 이에우 아잉

● 한국에 돌아가면 당신이 보고 싶을 거예요.
han cúc kê tô ra ca mi-ơn, tang xin ni bô cô xip phưl cơ iê iô
Anh sẽ nhớ em khi trở về Hàn Quốc.
아잉 쌔 느어 앰 키 쩌어 베 한 꾸억

● 식사하세요.
xich xa ha xê iô
Mời anh dùng cơm ạ.
머이 아잉 중 껌 아

● 베트남 쌀국수 맛있어요

bê thư nam sal cúc xu mat xít xơ iô
Món phở Việt Nam rất ngon
머언 퍼 베트남 러얼 응언

● 식당이 어디에요?
xich tang I ơ ti iê iô
Tiệm ăn ở đâu ạ?
띠엠 안 어 떠우

● 베트남은 너무 더워요.
bê thư nam mưn no mu thơ ua iô
Việt Nam nóng quá.
벧남 너엉 꾸아

● 에어컨 좀 켜 주세요.
ê ơ khôn chôm khi-ơ chu xê iô
Xin hãy bật máy lạnh.
신 하이 뻐얼 마이 라잉

● 먼저 타시죠.
mon cho tha xi chi-ô
Anh lên xe trước đi ạ
안 렌 쌔 쯔억 띠 아

● 당신 먼저 하세요.
tang xin mon cho ha xê iô
Anh (em) làm trước đi.

아잉(앰) 람 쯔억 띠

● **샤워하세요.**
 xi -a ua ha xê iô
 Anh(em) tắm đi.
 아잉(앰) 땀 띠

● **불 꺼 주세요.**
 bul cơ chu xê iô
 Xin hãy tắt điện đi.
 신 하이 따얼 띠엔 띠

● **문을 잠가 주세요.**
 mun nưl cham ca chu xê iô
 Xin hãy đóng cửa.
 신 하이 떠엉 끄어

● **옷 벗으세요.**
 ốt bo xư xê iô
 Xin hãy cởi quần áo.
 신 하이 꺼이 꾸언 아우

● **편안히 계세요.**
 phi on-nan ni ki-ê xê iô
 Xin hãy nghỉ thoải mái.
 신 하이 응이 톼이 마이

- 옆에 누우세요.
  I-ớp phê nu u xê iô
  Hãy nằm cạnh anh(em).
  하이 나암 까잉 아잉(앰)

- 제 팔을 베고 누우세요.
  chê phal rưl bê cô nu u xê iô
  Hãy gối tay lên anh.
  하이 고이 렌 따이 아잉

- 오늘 제 몸이 많이 피곤해요.
  Ô nư chê mô mi ma ni phi côn he iô
  Hôm nay anh (em) mệt quá.
  호옴 나이 아잉(앰) 멭 꾸아

- 잠 자고 싶어요.
  cham cha cô xi pho iô
  Anh (em) muốn ngủ.
  아잉(앰) 무언 응우

- 오늘은 생리 날이에요.
  Ô nư rưn xeng ni nal ri ê iô
  Em đang có kinh nguyệt.
  앰 따앙 꺼 끼잉 응우이엩

- 타월 어디에 있어요?
  tha uôl ơ ti ê it xơ iô

Khăn tắm ở đâu?
카안 따암 어 떠우

● 불이 안 들어 왔어요.
bu ri an tư ro oat xơ iô
Không có điện.
코옹 꺼 띠엔

● 샤워기가 고장났어요.
xi a ua ki ca cô chang nat xơ iô
Vòi hoa sen hỏng rồi.
버이 화 쌘 허엉 로이

● 변기가 고장났어요
bi ơn ki ca cô chang nat xơ iô
Bồn cầu bị hỏng rồi.
본 꺼우 삐 허엉 로이

● 내일 사랑을 나누면 어떠세요?
ne il sa rang ưl na nu mi-on ,ơ tơ xê iô
Ngày mai chúng mình "yêu" nhau anh (em) nhé!
응아이 마이 쭈웅 미잉 "이에우" 느아우 아잉(앰) 니애

● 칫솔과 치약 그리고 면도기가 없어요
chit xôl qua chi I-ac, cư ri cô, mi-tôn ki ca op xơ iô
Không có kem đánh răng, bàn chải và dao cạo râu.
코옹 꺼 깸 따잉 르앙, 빤 짜이 바 자우 까우 러우

Bài 3 : Hội thoại trong lễ cưới

제3과   결혼식 때 대화

● 부모님 감사합니다.
bu mô nim cam xa ham ni tà
Chúng con cảm ơn Bố Mẹ.
쭝 껀 깜 언 뽀 매

● 저희 절을 받으세요.
cho hi cho rưl ba tư xê iô
Xin hãy nhận lấy cái lạy này của chúng con.
신 하이 느언 러이 까이 (을)라이 나이 꾸어 중 껀

● 한국에 돌아가면 행복하게 잘 살겠습니다.
han cu kê tô ra ca mi-on, heng bốc kha kê, chal xal kết xưm ni tà
Về Hàn Quốc nhất định chúng con sẽ sống hạnh phúc.
베 한 꾸억 느얼 띠잉, 쭝 껀 쌔 소옹 하잉 푹

● 너무 걱정하지 마세요.
nơ mu cooc chong ha chi ma xê iô
Bố Mẹ đừng lo lắng ạ!
뽀 매 뜨응 (을)럴 라앙 아

● 자주 연락 드리겠습니다.
cha chu l-ơl lác tư ri kết xưm ni tà

Con sẽ liên lạc đều ạ.
껀 쌔 리엔 락 떼우 아

● 이것은 한국에서 준비한 선물입니다.
I cot xun han cu ke xo, chun bi han xon mu rim ni tà
Đây là quà con mang từ Hàn Quốc sang.
떠이 라 꾸아 껀 마앙 뜨 한 꾸억 쌍

● 제 성의이니까 받아 주세요.
chê song ưi i ni ka pa ta chu xê iô
Đây là thành ý của con, xin bố mẹ hãy nhận lấy.
떠이 라 타잉 이 꾸어 껀, 신 뽀 매 하이 느언 (을)러이

● 바쁘신데 저희 결혼식에 와 주셔서 감사합니다.
ba pư xin tê cho hi kê- rôn xi-kê oa chu xơ xơ cam xa ham ni tà.
Dù bận rộn nhưng anh (chị) vẫn đến dự lễ cưới của chúng tôi, chúng tôi rất cảm ơn.
주 번 론 느응 아잉 (지) 번 뗀 즈 레 끄어이 꾸어 쭝 또이, 쭝 또이 럳 깜 언

Bài 4 : Hội thoại trong nhà ăn

제4과   식당에서 대화

- **어서오세요.**
  ơ xơ ô xê iô
  Xin mời vào.
  신 머이 바우

- **여기요! 주문 받으세요**
  iơ ki iô! chu mun bat tư xê iô
  Chị ơi (em ơi), cho tôi gọi đồ ăn
  지 어이 (앰 어이), 저 또이 거이 또 안

- **주문하시겠어요?**
  chu mun ha xi kết xơ iô
  Anh chị gọi món chứ ạ?
  아잉 찌 거이 머언 쯔 아

- **무엇을 드시겠어요?**
  mu ơt xưl tư xi kết xơ iô
  Anh chị dùng gì ạ?
  아잉 찌 중 지 아

- **밥을 주세요.**
  ba pưl chu xê iô
  Cho tôi cơm.

저 또이 껌

● 베트남 쌀국수 주세요.
bê thư nam sal cuc xu chu xê iô
Cho tôi phở.
저 또이 퍼

● 음료수 무엇으로 할까요?
ưm nhi-ô xu mu ớt xư rô hal ca iô
Anh gọi đồ uống gì ạ?
안 거이 또 우엉 지 아

● 물 주세요
mul chu xê iô
Cho tôi nước.
저 또이 느억

● 지금 배 고파요.
chi cưm bê cô pha iô
Bây giờ anh (em) đói quá.
버이 저 아잉(앰) 떠이 꾸아

● 화장실이 어디예요?
hoa chang xil ri o ti iê iô
Nhà vệ sinh ở đâu ạ?
느아 베 씽 어 떠우 아

● 디저트는 무엇으로 하시겠어요?
ti do thư nưn, mu ớt xư rô ha xi kết xơ iô

Anh dùng đồ tráng miệng gì ạ?
안 중 또 자앙 미엥 지 아

● 커피 한 잔 주세요.
khơ phi han chan chu xê iô
Cho tôi tách cà phê.
저 또이 따악 까 페

● 더 필요한 것 없으세요?
thơ phi rô han cớt ớp xư xê iô
Anh chị có cần thêm gì không ạ?
아잉 지 꺼 꺼언 템 지 코옹 아

● 수저 주세요.
xu chơ chu xê iô
Cho tôi đũa và thìa.
저 또이 뚜어 바 티어

● 화장지 주세요.
hoa chang chi chu xê iô
Cho tôi giấy ăn.
저 또이 저이 안

● 이쑤시개 주세요.
I su xi kê chu xê iô
Cho tôi tăm.
저 또이 땀

● 입 주위를 닦으세요.
íp chu uy rưl ta cư xê iô
Anh hãy lau miệng đi ạ.
안 하이 라우 미엥 띠 아

● 계산 각자 부담하세요
ki ê xan các cha bu tam ha xê iô
Từng người tính tiền riêng.
뜨응 응어이 띠잉 띠엔 리엥

● 잔돈 가지세요.
chan tôn ca chi xê iô
Xin hãy cầm tiền lẻ.
신 하이 꺼엄 띠엔 래

● 제가 낼게요.
chê ca nel kê iô
Để tôi trả tiền.
떼 또이 자 띠엔

Bài 5 : Hội thoại khi đi lại

제5과 이동시 대화

- 실례합니다. 여기가 어디죠?
  xil liê ham ni ta. I-ơ ki ka ơ ti chi-ô
  Làm ơn cho tôi hỏi đây là đâu ạ?
  람 언 쩌 또이 호이 떠이 라 따우 아

- 길을 잃었어요
  ki rưl I rot xơ iô
  Tôi bị lạc đường.
  또이 비 락 뜨엉

- 이 호텔까지 어떻게 가나요?
  I hô thêl ca chi ơ tức khê ca na iô
  Làm thế nào để đến khách sạn này ạ?
  람 테 나우 떼 뗀 카악 싼 나이 아

- 죄송합니다. 저도 여기는 처음이에요
  choe xông ham ni tà. cho tô io ki nưn, trơ ưm i iê iô
  Xin lỗi, tôi cũng đến đây lần đầu.
  신 로이, 또이 꾸웅 뗀 떠이 런 떠우

- 이 길을 따라가세요
  I ki rưl ta ra ca xê iô
  Ông hãy đi theo đường này ạ.

옹 하이 띠 태우 뜨엉 나이 아

● 오른 쪽 가세요
ô rưn chốc ca xê iô
Hãy quẹo phải
하이 꾸외우 파이

● 왼쪽 가세요.
uên chốc ca xê iô
Hãy quẹo trái.
하이 꾸외우 짜이

● 똑바로 가세요.
tốc ba rô ca xê iô
Xin hãy đi thẳng.
신 하이 띠 타앙

● 저랑 같이 가세요,
cho rang cat chi ca xê iô
Hãy đi cùng tôi.
하이 띠 꾸웅 또이

● 택시 타는 곳이 어디에요?
thec xi tha nưn cốt xi ơ ti iê iô
Nơi bắt tắc xi ở đâu ạ?
너이 바앝 따악 시 어 떠우 아

● 얼마나 걸려요?
ơl ma na col li-ơ iô

Đi đến đó mất bao lâu ạ?
띠 뗀 떠 멀 빠우 (을)러우 아

● 다 왔어요.
tha oat xơ iô
Đã đến nơi rồi.
따 뗀 너이 로이

● 먼저 내리세요.
mon cho ne ri xê iô
Xin mời anh xuống trước ạ.
신 머이 아잉 수엉 쯔억 아

Bài 6 : Hội thoại khi ở khách sạn

제6과   호텔에서 대화

● 방이 있어요?
  bang I it xơ iô
  Ở đây có phòng không ạ?
  어 떠이 꺼 퍼엉 코옹 아

● 방을 예약하고 싶은데요.
  bang ưl iê I-ac ha cô xip phưn tê iô
  Tôi muốn thuê phòng.
  또이 무언 퉤 퍼엉

● 어떤 방을 드릴까요?
  ơ tơn bang ưl tư ril ca iô
  Ông muốn phòng loại nào ạ?
  옹 무언 퍼엉 루와이 나우 아

● 싱클룸 하나 주세요.
  xinh gưl rum ha na chu xê iô
  Cho tôi một phòng đơn.
  저 또이 몯 퍼엉 떤

● 하루 방값 얼마예요?
  ha ru bang cap ơl ma iê iô
  Giá phòng một ngày bao nhiêu ạ?

자 포엉 몰 응아이 빠우 니에우 아

● 선불이에요.
xơn bu ri iê iô
Xin hãy trả tiền trước ạ.
신 하이 짜 띠엔 쯔억 아

● 며칠 동안 묵을 거예요?
mi-ơ chil tông an muc cưl co iê iô
Anh (chị) ở đây mấy ngày ạ?
아잉 (지) 어 떠이 머이 응아이 아

● 7일 동안 묵을 예정이에요.
chi ril tông an, muc cưl iê chong iê iô
Tôi định ở đây bảy ngày.
또이 띵 어 떠이 빠이 응아이

● 몇 호실이에요?
mi-ot hô xil ri iê iô
Phòng số mấy ạ?
퍼엉 쏘 머이 아

● 짐 좀 올려 주세요.
chim chôm ôl li-ơ chu xê iô
Xin hãy cho hành lí của tôi lên.
신 하이 저 하잉 리 꾸어 또이 렌

● 짐 좀 내려 주세요.
chim chôm ne ri-o chu xê iô

Xin hãy cho hành lí của tôi xuống.
신 하이 저 하잉 리 꾸어 또이 쑤엉

● 방을 반납하고 싶어요.
bang ưl ban náp ha cô xíp phơ iô
Tôi muốn trả phòng.
또이 무언 짜 퍼엉

● 아침 식사도 포함해요?
a chim xich xa tô phô ham he iô
Có cả bữa sáng ạ?
꺼 까 쁘어 쌍 아

● 여기 계산서예요.
I-ơ ki ki ê xan xơ iê iô
Đây là đơn tính tiền.
떠이 라 떤 띠잉 띠엔

● 환전이 돼요?
hoan chơn ni toe iô
Tôi có thể đổi tiền được không?
또이 꺼 테 또이 띠엔 뜨억 코옹

● 전화 오면 바꿔 주세요
chơn hoa ô mi-on , ba cua chu xê iô
Nếu có điện thoại, xin hãy chuyển máy cho tôi.
네우 꺼 띠엔 톼이, 신 하이 쮜엔 마이 저 또이

- 내일 8시에 깨워 주세요
  ne il io tơl xi ê, ke ua chu xê iô
  Tám giờ ngày mai xin hãy gọi tôi.
  땀 저 응아이 마이, 신 하이 거이 또이

- 택시 좀 불러 주세요.
  thec xi chôm bul lơ chu xê iô
  Xin gọi giùm tôi tắc xi.
  신 거이 줌 또이 딱 씨

- 여기서 세탁이 돼요?
  I-ơ ki xơ xê thác ki toe iô
  Ở đây có giặt là không ạ?
  어 떠이 꺼 자앋 라 코옹 아

- 여기서 세탁이 돼요.
  I-ơ ki xơ xê thác ki toê iô
  Ở đây có giặt là ạ.
  어 떠이 꺼 자앋 라 아

- 세탁비는 얼마예요?
  xê thác bi nưn ơl ma iê iô
  Tiền giặt là bao nhiêu ạ?
  띠엔 자앋 라 빠우 니에우 아

- 제 방 키는 어디에 있어요?
  che bang khi nưn, ơ ti ê it xơ iô
  Chìa khóa phòng tôi đâu ạ?

지아 콰 퍼엉 또이 떠우 아

● **제가 방 키를 잃어 버렸어요.**
chê ca bang khi rul I ro bơ ri-ốt xơ iô
Tôi đã bị mất chìa khóa phòng.
또이 따 삐 머앝 찌아 콰 퍼엉

● **식사 주문도 돼요?**
xich xa chu mun tô toe iô
Tôi có thể gọi món ăn chứ ạ?
또이 꺼 테 거이 머언 안 쯔 아

Hội thoại thường dùng tại Hàn Quốc
– 한국에서 유용한 대화들

Bài 1 : Khi cô dâu nhập cảnh tại sân bay Incheon- Hàn Quốc

제1과   신부가 입국시 공항에서

● **Xin hãy cho tôi xem hộ chiếu**
신 하이 저 또이 샘 호 지에우
여권 좀 보여 주세요.
I-o cuôn chôm bô iơ chu xê iô

● **Xin cho tôi xem vé**
신 저 또이 샘 배
티켓 좀 보여 주세요
thi khết chôm bô iơ chu xê iô

● **Hộ chiếu và vé của tôi đây ạ.**
호 지에우 바 배 꾸어 또이 떠이 아
여권과 티켓 여기 있어요
I-o cuôn qua thi khết io ki it xơ iô

● **Lí do cô đến Hàn Quốc là gì ?**
리 저 꼬 뗀 한 꾸억 라 지

한국에 오신 이유 뭐예요?
han cuc kê ô xin I -u mua iê iô

● Em đã lấy chồng Hàn Quốc.
앰 따 러이 조옹 한 꾸억
한국 사람과 결혼했어요
han cúc xa ram qua, ki-ơ rôn hét xơ iô

● Phải viết vào giấy nhập cảnh thế nào ạ?
파이 비엩 바우 저이 느업 까잉 테 나우 아
출입국 카드는 어떻게 작성하나요?
chul ríp cúc kha tư nưn, ơ tooc khê chác xong ha na iô

● Tôi tìm hành lí ở đâu ạ?
또이 띠임 하잉 리 어 떠우 아
짐은 어디서 찾나요?
chi mưn ơ ti xơ trat nai iô

● Tôi bị mất túi hành lí.
또이 삐 머얼 뚜이 하잉 리
가방을 잃어 버렸어요.
ca bang ưl I ro bo ri ot xơ iô

● Đừng lo. Chúng tôi sẽ tìm hành lí cho chị.
뜨응 러. 주웅 또이 쌔 띠임 하잉 리 저 지
걱정하지 마세요. 가방을 찾아 드리겠어요.
cooc chong ha chi ma xê iô. ca bang ưl, chat cha tư ri kết sơ iô

- Tôi phải ra cửa số mấy ạ?
  또이 파이 라 끄어 쏘 머이 아
  몇 번 출구로 가야 하나요?
  mi-ơt bon trul cu rô ca I-a ha na iô

Bài 2 : Khi cô dâu đến nhà chồng

제2과   신부가 시집에 왔을 때

● **Con chào bố mẹ.**
껀 짜우 뽀 매
부모님 안녕하세요
bu mô nim , a nhi-oong ha xê iô

● **Bố Mẹ khỏe không ạ?**
뽀 매 쿠왜 코옹 아
부모님 건강하세요?
bu mô nim cơn cang ha xê iô

● **Con rất vui được gặp Bố Mẹ và họ hàng.**
껀 르얼 부이 뜨억 가압 뽀 매 바 허 항
부모님과 친척 뵙게 되서 반갑습니다.
bu mô nim qua chin chóc boếp kê toe xo ban cap xưm ni tà

● **Con vẫn chưa biết nhiều tiếng Hàn.**
껀 버언 쯔어 삐엔 니에우 띠엥 한
한국말을 아직 많이 못 해요
han cung mal rưl, a chich ma ni mốt the iô.

● **Con vẫn chưa ăn được món ăn Hàn Quốc.**
껀 버언 쯔어 안 뜨억 머언 안 한 꾸억
한국음식을 아직 못 먹어요.
han cuc ưm xi-cưl a chich mốt mơ-cơ iô

- Mẹ dạy cho con tiếng Hàn và cách nấu ăn nhé!
  매 자이 저 껀 띠엥 한, 바 까익 너우 안 니애
  어머님 한국말과 요리 가르쳐 주세요!
  ơ mơ ni, han cung mal qua, I-ô ri ca rư chi-o chu xê iô

- Xin cả nhà hãy yêu thương con.
  신 까 느아 하이 이에우 트엉 껀
  가족 모두 사랑해 주세요.
  ca chốc mô tu xa rang he chu xê iô

- Đây là quà con mang từ Việt Nam sang biếu bố mẹ.
  떠이 라 꾸아, 껀 마앙 뜨 뱯남 쌍 삐에우 뽀 매
  드리려고 베트남에서 가져 온 선물이에요
  tư ri ri ơ cô bê thư nam ê xo ca chi o ôn xơn mu-ri ê iô

- Con phải dậy mấy giờ ạ?
  껀 파이 저이 머이 저 아
  몇시에 일어나야 해요?
  mi-ơt xi ê, il ro nai I-a he iô

- Tiền điện thoại quốc tế đắt nên con không gọi nhiều.
  띠엔 띠앤 톼이 꾸억 떼 따앝 네엔 껀 코옹 거이 니에우
  국제전화 비싸니 전화 많이 안 하겠어요
  cúc chê chơn hoa bi sa ni, chơn hoa ma ni an ha kết xơ iô

- Hãy mua cho em thẻ gọi quốc tế.
  하이 뭐 저 앰 태 거이 꾸억 떼
  국제전화 카드 사 주세요
  cuc chê chơn hoa kha từ xa chu xê iô

Bài 3 : Khi chồng đi làm(khi trở về)
제3과 남편이 일하러 갈 때(일하러 갔다 올 때)

● **Anh đi làm về rồi đấy à?**
아잉 띠 (을)람 베 로이 떠이 아
다녀 오셨어요?
ta nơ ô si- ớt xơ iô?

● **Ừ, anh đã đi làm về.**
어, 아잉 따 띠 (을)람 베
어, 갔다 왔어요
cat ta oát xơ iô.

● **Anh mệt lắm đúng không?**
아잉 메엗 (을)라암 뚜웅 코옹
많이 힘드셨죠?
ma ni him tư si ớt chi ô

● **Không sao cả. Về nhà nhìn thấy em, anh vui rồi.**
코옹 싸우 까. 베 느아 니인 터이 앰 아잉 부이 로이
괜찮아요. 집에 와서 당신을 보니까 좋아요.
quen chan na iô. Chi-pê oa so tang xi nưl bô ni ca chô a iô.

● **Anh dùng chút gì mát nhé?**
아잉 주웅 주웃 지 맏 니애
시원한 것 좀 드실래요?
xi-uôn han cot chôm tư xil-le iô

- Cám ơn em. Cho anh cốc nước mát.
  깜언 앰, 저 아잉 꼬옥 느억 맛
  고마워요. 시원한 물 좀 주세요
  Cô ma ua iô. Xi uôn han mul chôm chu xê-iô.

- Em đã chuẩn bị cơm chiều rồi.
  앰 따 주언 비 껌 지에우 로이
  저녁 준비 다 됐어요.
  cho nhi-ớc chun bi tha toet xơ iô.

- Anh tắm đi rồi mình cùng ăn cơm.
  아잉 땀 띠 로이 미잉 꾸웅 안 껌
  당신 샤워하고 저녁 같이 드세요.
  tang-xin xi-ia ua ha cô cho nhi ớc cat chi tư xê iô.

- Ừ, anh muốn ăn ngay món ăn em làm.
  어, 아잉 무언 안 응아이 먼 안 앰 (을)람.
  어, 당신 만든 음식 빨리 먹고 싶어요
  tang-xin man tưn ưm xich pal li mooc cô xip pho iô.

Bài 4 : Chào hỏi
제4과 인사

● **Xin chào.**
씬 짜우
안녕하십니까?(안녕하세요?).
a nhi-oong ha xim ni ka?(a nhi-oong ha xê iô?)

● **Rất vui được gặp mặt**
르엇 부이 뜨억 갑 맏
만나서 반갑습니다
man-na so bang cáp xưm ni tà

● **Em là người nước nào?**
앰 라 응어이 느억 나우?
어느 나라 사람이에요?
o nư na ra sa ram iê iô?

● **Em là người Việt Nam ạ.**
앰 라 응어이 벧남 아
베트남 사람이에요
bê thừ nam sa ra-mi -iê iô.

● **Bạn làm gì ở Hàn Quốc?**
빤 (을)람 지 어 한 꾸억?
한국에서 무슨 일을 해요?

Han cu-kê so mu sưn i-rưl he iô?

- **Em làm nội trợ.**
  앰 (을)람 노이 저
  가정주부예요
  ca chong chu bu iê iô

- **Em đến đây một mình à?**
  앰 뗀 떠이 못 미잉 아?
  혼자 왔어요?
  hôn cha oát xơ iô?

- **Em đến cùng chồng**
  앰 뗀 꾸웅 조옹
  남편과 같이 왔어요
  nam phi-on qua cát chi oát xơ iô

- **Em biết tiếng Hàn Quốc không?**
  앰 삐엩 띠엥 한 꾸억 코옹
  한국어를 아세요?
  han cu co rưl a xê iô

- **Bây giờ em đang học tiếng Hàn Quốc**
  버이 저 앰 따앙 허억 띠엥 한 꾸억
  지금 한국어를 배우고 있어요
  chi cưm han cu- cơ rưl be u cô i-xơ iô

※ 자주 만나는 사이의 인사
 - Chào hỏi khi thường xuyên gặp nhau

● Dạo này anh sống thế nào?
자우 나이 아잉 쏘옹 테 나우
요즘 어떻게 지내세요?
iô chưm ơ to-khê chi ne sê iô

● Anh khỏe không ạ?
아잉 쿠애 코옹 아?
건강하세요?
cơn cang ha xê iô?

● Gia đình cũng khỏe chứ ạ?
자 띵 꿍 쿠애 즈 아?
가족도 건강하세요?
ca chốc tô cơn cang ha sê iô?

● Cho tôi gửi lời hỏi thăm.
저 또이 그이 (을)러이 허이 타암
안부를 좀 전해 주세요
an bu rưl chôm chon he chu sê iô.

● Cám ơn vì đã giúp đỡ tôi nhiều.
깜 언 비 따 주웁 떠 또이 니에우
많이 도와 주셔서 감사 합니다
ma ni tô oa chu xiơ xơ cam xa ham ni tà

- Khi có thời gian anh hãy đến chơi.
  키 꺼 터이 자안 아잉 하이 떼엔 저이
  시간이 있으면 놀러 오세요
  xi ca-ni it sư mi-ơn nôl-lo ô sê iô.

- Dạo này anh bận việc công ty không ạ?
  자우 나이 아잉 버언 비엑 꼬옹 띠 코옹 아
  요즘 회사 일 바빠요?
  iô chưm huê xa il ba pa iô

- Tôi cũng bình thường.
  또이 꾸웅 비잉 트엉
  그저 그래요
  cư cho cư re iô.

- Nếu cần giúp đỡ xin cứ nói nhé!
  네우 꺼언 주웁 떠 신 끄 너이 니애
  도움이 필요하면 말씀하세요.
  tô u-mi phi rô ha mi-ơn mal sưm ha sê iô.

※ **헤어질 때의 인사**
  - Chào khi chia tay

- Bây giờ tôi phải đi đây ạ.
  버이 저 또이 파이 띠 떼이 아
  지금 가야 해요.
  chi cưm cai-i-a he iô.

● Hẹn gặp lại.
   핸 까압 라이
   또 만나요.
   tô ma-na-iô.

● Chúc anh đi may mắn nhé!
   주욱 안 띠 마이 마안 니애
   잘 가요.
   chal ca iô.

● Anh đi đường cẩn thận nhé!
   아잉 띠 뜨엉 까언 타안 니애
   조심해서 가세요.
   chô xim he so ca sê iô

● Anh sống tốt nhé!
   아잉 쏘옹 또옷 니애
   잘 지내세요.
   chal chi ne sê iô.

● Tôi sẽ liên lạc.
   또이 쌔 리엔 라악
   또 연락할게요.
   tô i-ol-lac-khal kê iô.

● Tạm biệt nhé!
   따암 삐엩 니애

안녕히 가세요. (chào người đi)
a-nhi-oong hi ca xê iô

- Tạm biệt nhé!
  따암 삐엗 니애
  안녕히 계세요. (chào người ở lại)
  a-nhi-oong hi kê xê iô

- Hẹn gặp lại.
  핸 까압 라이
  또 뵙겠습니다. (nói với người trên)
  tô boêp kết xưm ni tà

- Em đi đây ạ.
  앰 띠 떠이 아
  가 보겠습니다.
  ca bô kết xưm ni tà

- Anh hãy giữ gìn sức khỏe.
  안 하이 즈 진 슥 쿠왜.
  건강 조심하세요.
  cơn cang chô xim ha xê iô.

- Chúc một ngày tốt lành.
  주욱 몯 응아이 또옫 라잉
  좋은 하루 되세요.
  chô hưn ha ru toe xê iô

● Chúc ông bà đi (rồi) về an toàn.
주욱 오옹 바 띠 (로이)베 안 뚜안
잘 갔다 오세요.
chal cat ta ô sê iô

● Xin lỗi, tôi phải đi trước.
신 로이 또이 파이 띠 즈억
실례하지만 먼저 갈게요.
xi lê ha chi man mơn cho cal kê iô

Bài 5 : Câu hỏi - trả lời
제5과 질문 - 대답

I. Câu hỏi - 질문

● **Tên bạn là?**
뗀 반 라 지
이름이 뭐예요?
I rưm mi mua iê iô

● **Ai đó ạ?**
아이 떠 아
누구예요?
nu cu iê iô

● **Anh làm nghề gì?**
아잉 라암 지 응에
무슨 일을 하세요?
mu xưn I rưl ha xê iô

● **Anh từ đâu đến?**
아잉 뜨 떠우 뗀
어디에서 오셨어요?
ơ ti ê xơ ô xi-ơt xơ iô

● **Bây giờ anh sống ở đâu?**
버이 저 아잉 쏭 어 떠우

지금 어디에 계세요?
chi cưm ơ ti ê ki-ê xê iô

● **Nhà anh ở đâu?**
느아 아잉 어 떠우
집은 어디에요?
chi bưn ơ ti iê iô

● **Em bao nhiêu tuổi?**
앰 빠우 니에우 뚜오이
몇 살이에요?
mi-ơt sal ri iê iô

● **Hôm nay là ngày mùng mấy?**
호옴 나이 라 응아이 무웅 머이
오늘 며칠이에요?
Ô nưl miơ chi ri ê iô

● **Hôm nay là thứ mấy?**
호옴 나이 라 트 머이
오늘 무슨 요일이에요?
Ô nưl mu xưn iô il ri ê iô

● **Mấy giờ em đi học?**
머이 저 앰 띠 허억
몇시에 학교에 가요?
mi-ơt xi ê hac ki-ô ca iô

- Em đi đâu đấy?
  앰 띠 떠우 떠이
  어디에 가요?
  Ơ ti ê ca iô

- Anh đến đây bằng gì?
  아잉 뗀 떠이 바앙 지
  무엇을 타고 오셨어요?
  mu ơt xưl tha cô ô xi-ơt xơ iô

- Hôm nay thời tiết thế nào?
  호옴 나이 터이 띠엩 테 나우
  오늘 날씨가 어때요?
  Ô nưl lal xi ca ơ te iô

- Cái này là cái gì?
  까이 나이 라 까이 지
  이것은 무엇이에요?
  I cơt xưn mu ớt xi iê iô?

- Dạo này anh làm gì?
  자우 나이 아잉 람 지?
  요즘 뭐하세요?
  Iô chưm mua ha xê iô

- Từ Hàn Quốc đến Việt Nam mất bao nhiêu thời gian?
  뜨 한 꾸억 뗀 베트남 먿 빠우 니에우 터이 잔
  한국에서 베트남까지 얼마나 걸려요?

han cu kê xơ bê thư nam ca chi, ơl ma na co li-ơ iô

● **Từ Sơ ul đến Tê chơn bao xa?**
  뜨 서 울 뗀 대전 빠우 사
  서울에서 대전까지 얼마나 멀어요?
  sơ u rê xo tê chơn ca chi, ơl ma na mo ro iô

● **Bao giờ em kết hôn?**
  빠우 저 앰 껠 혼
  언제 결혼해요?
  ơn chê ki-o rôn ha xê iô

● **Được chưa ạ ?**
  뜨억 즈어 아
  됐어요?
  toét xơ iô

● **Thế nào ạ?**
  테 나우 아
  어때요?
  Ơ te iô

● **Tại sao ạ?**
  따이 싸오 아
  왜요?
  oe iô

● **Không sao chứ ạ?**
  코옹 싸오 즈 아

괜찮아요?
quen cha nai iô

● Đúng không ạ?
뚜웅 코옹 아
맞아요?
mát chai iô

● Không có ạ?
코옹 꺼 아
없어요?
op xơ iô

● Ăn được không ạ?
안 뜨억 코옹 아
먹어도 돼요?
mooc cơ tô toê iô

● Có không ạ?
꺼 코옹 아
있어요?
it xơ iô

● Cái gì vậy?
까이 지 버이
뭐예요?
mua iê iô

● **Ngon không ạ?**
응언 코옹 아
맛있어요?
ma xit xơ iô

● **Không ngon ạ?**
코옹 응언 아
맛 없어요?
má tớp xơ iô

● **Em biết rồi chứ?**
앰 삐엗 로이 즈
알았어요?
a rát xơ iô

● **Em không biết à?**
앰 코옹 삐엗 아
몰라요?
môl lai iô

● **Em hiểu không ?**
앰 히에우 코옹
이해해요?
I he he iô

● **Bây giờ anh bận ạ?**
뻐이 저 안 버언 아
지금 바빠요?
chi cưm ba pai iô

- Em đau à?
  앰 따우 아
  아파요?
  a phai iô

- Anh yêu em nhiều không ạ?
  아잉 이에우 앰 니에우 코옹 아
  많이 사랑해요?
  ma ni sa rang he iô

- Em có thể giúp gì được không ạ?
  앰 꺼 테 주움 지 떠억 코옹 아
  무엇을 도와 드릴까요?
  mu ớt xưl, tô oa tư ril ca iô

- Vậy ạ?
  버이 아
  그래요?
  cư re iô

II. Trả lời - 대답

- Dạ (vâng).
  자(버엉)
  네(예).
  nê(iê)

- Không ạ.
  코옹 아

아니오.
a ni o

● Đủ rồi ạ.
뚜 로이 아
충분해요.
trung bun he iô

● Anh sẽ làm hết mình.
아잉 쌔 람 헷 미잉
기꺼이 하겠어요
ki cơ I ha kết xơ iô

● Đó là ý nghĩ tốt.
떠 라 이 응이 똣
좋은 생각이에요.
chô ưn xeng ca ki iê iô

● Anh (em) cũng nghĩ như vậy.
아잉 (앰) 꾸웅 응이 느 버이
저도 그렇게 생각해요
cho tô cư rot khê xeng các khe iô

● Anh (em) biết rồi.
아잉(앰) 삐엘 로이
알겠어요.
Al kết xơ iô

● Anh (em) có thể làm được.
  아잉(앰) 꺼 테 람 뜨억
  할 수 있어요.
  hal xu it xơ iô

● Anh (em) không thể làm được.
  아잉(앰) 코옹 테 람 뜨억
  할 수 없어요.
  hal xu op xơ iô

● Xin anh hãy nói lại ạ.
  신 아잉 하이 너이 라이 아
  다시 말하세요.
  ta xi mal ra xê iô

● Xin lỗi, nhưng không được ạ.
  신 로이, 느응 코옹 뜨억 아
  죄송하지만 안 돼요.
  choe xông ha chi man, an toe iô

● Vâng, tất nhiên ạ.
  벙, 떧 니앤 아
  네, 물론이에요.
  nê, mul lôn niê iô

● Từng người tính tiền một.
  뜨응 응어이 띠잉 띠엔 몯
  각자 계산해요.
  cac cha ki ê san he iô

Bài 6 : Cảm ơn, xin lỗi
제6과   감사, 사과

● **Cảm ơn**
깜 언
감사합니다(고맙습니다)
cam xa ham ni tà(cô map xưm ni tà)

● **Xin lỗi**
신 로이
미안합니다(죄송합니다)
mi an ham ni tà(choê xông ham ni tà)

● **Xin làm ơn** (다른 사람한테 부탁할 때)
신 람 언
실례합니다(dùng khi nhờ người khác làm việc gì)
xil lê ham ni tà

● **Cảm ơn đã giúp đỡ em.**
깜 언 따 주읍 떠 앰
도와 주셔서 감사합니다.
tô oa chu xi-o xo, cam xa ham ni tà

● **Cảm ơn anh đã dành thời gian cho em.**
깜 언 아잉 따 자잉 터이 잔 저 앰
시간을 내 주셔서 고맙습니다.

xi ca nưl ne chu xi o xo cô map xưm ni tà

● **Em phải cảm ơn mới đúng.**
앰 파이 깜 언 머이 뚜웅
오히려 제가 고마워야 해요
ô hi ri o chê ca cô ma ua I a he iô

● **Anh không có ý làm vậy.**
아잉 코옹 꺼 이 람 버이
고의 아니에요
cô ứi a ni iê iô

● **Không có gì.**
코옹 꺼 지
천만이에요.
trơn man ni ê iô

● **Xin em (anh) thứ lỗi cho anh (em) một lần nữa.**
신 앰 (아잉) 트 로이 저 아잉 (앰) 몯 (을)런 느어
한번만 용서해 주세요.
han bon man, I-ông xo he chu xê iô

Bài 7 : Đề nghị, yêu cầu

제7과 부탁, 권유

● Cho tôi nước được không ?
저 또이 느억 뜨억 코옹
물을 주시겠어요?
mul rưl chu xi kết xơ iô

● Ông giúp đỡ tôi được không?
옹 주웁 떠 또이 뜨억 코옹
도와 주시겠어요?
tô oa chu xi kết xơ iô

● Anh hút thuốc được chứ?
아잉 훗 툭 뜨억 쯔
담배 피워도 돼요?
tam be phi ua tô toe iô

● Anh (em) vào được không?
아잉(앰) 바오 뜨억 코옹
들어가도 돼요?
tư ro ca tô toe iô

● Em (anh) xem một chút được không ?
앰(아잉) 쌤 못 쭛 뜨억 코옹
잠시 봐도 돼요?

cham xi boa tô toe iô

● **Cho em quá giang được không?**
저 앰 꾸아 장 뜨억 코옹
차를 태워 주시겠어요?
tra rưl the ua chu xi kết xơ iô

● **Đi ăn chứ ạ ?**
띠 안 쯔 아
식사하러 가시겠어요?
xich xa ha ro ca xi kết xơ iô

● **Anh cùng uống một chén chứ ạ ?**
아잉 꾸웅 웡 몯 잰 쯔 아
한잔 하시겠어요?
han chan ha xi kết xơ iô

● **Anh hãy ngồi đi ạ.**
아잉 하이 응오이 띠 아
앉으세요
an chư xê iô

● **Xin mời anh vào.**
신 머이 아잉 바오
어서 오세요.
ơ xơ ô xê iô

● **Anh cẩn thận đấy ạ.**
아잉 껀 턴 떠이 아

조심하세요.
chô xim ha xê iô

● Xin anh hãy bình tĩnh ạ.
신 아잉 하이 빙 띠잉 아
진정하세요.
chin choong ha xê iô

● Xin anh hãy đợi một chút.
신 아잉 하이 떠이 몯 쭛
좀 기다리세요.
chôm ki ta ri xê iô

● Chờ tôi chút nhé.
저 또이 쭛 니애
잠깐만요.
cham can man nhi-ô

● Ông làm từ từ thôi ạ.
옹 람 뜨 뜨 토이 아
천천히 하세요
chơn chơn hi ha xê iô

● Anh làm nhanh lên ạ.
아잉 (을)람 느아잉 렌 아
빨리 하세요.
Pal li ha xê iô

- **Anh hãy dạy bảo cho tôi.**
  아잉 하이 자이 빠오 저 또이
  가르쳐 주세요.
  ca rư chi-o chu xê iô

- **Ông hãy dùng đi ạ.**
  옹 하이 주웅 띠 아
  드세요.
  tư xê iô

- **Cho anh (em) xem.**
  저 아잉 (앰) 쌤
  보여 주세요.
  bô I-o chu xê iô

- **Xin anh hãy đi.**
  신 아잉 하이 띠
  가세요.
  ca xê iô

- **Xin anh đừng đi.**
  신 아잉 뜨응 띠
  가지 마세요.
  ca chi ma xê iô

- **Xin anh hãy đến.**
  신 아잉 하이 뗀
  오세요.

ô xê iô

● Xin anh đừng đến.
신 아잉 뜨응 뗀
오지 마세요.
ô chi ma xê iô

● Xin anh đừng đợi.
신 아잉 뜨응 떠이
기다리지 마세요.
ki ta ri chi ma xê iô

● Xin hãy nói đi ạ.
신 하이 너이 띠 아
말하세요.
mal ra xê iô

● Xin anh đừng nói.
신 안 뜨응 너이
말하지 마세요.
mal ra chi ma xê iô

● Xin anh hãy làm theo em.
신 아잉 하이 람 태우 앰
따라하세요.
ta ra ha xê iô

● Xin anh hãy nhận lấy.
신 아잉 하이 느언 러이

받아 주세요.
ba ta chu xê iô

● Xin anh đừng lo lắng.
신 아잉 뜨응 (을)러 라앙
걱정하지 마세요.
cooc chong ha chi ma xê iô

● Xin em đừng sợ.
신 앰 뜨응 써
무서워하지 마세요.
mu xo ua ha chi ma xê iô

● Xin anh đi lối này.
신 아잉 띠 로이 나이
이리 오세요.
I ri ô xê iô

● Xin anh đi lối kia.
신 아잉 띠 로이 끼아
저리 가세요.
cho ri ca xê iô

● Xin anh hãy quên.
신 안 하이 꾸엔
잊으세요.
it chư xê iô

- **Xin anh đừng quên**
  신 안 뜨응 꾸엔
  잊지 마세요.
  it chi ma xê iô

- **Xin đừng cho em.**
  신 뜨응 저 앰
  주지 마세요.
  chu chi ma xê iô

- **Xin em đừng khóc.**
  신 앰 뜨응 컥
  울지 마세요.
  ul chi ma xê iô

- **Em hãy cười lên.**
  앰 하이 끄어이 렌
  웃으세요.
  u xư xê iô

- **Xin em đừng cười.**
  신 앰 뜨응 끄어이
  웃지 마세요.
  ut chi ma xê iô

- **Xin anh đừng muộn.**
  신 아잉 뜨응 무언
  늦지 마세요.

늑 치 마 세 이오

● **Nhất định mua cho em (anh) nhé!**
느얻 띠잉 뭐 쩌 앰 (아잉) 니애
꼭 사 주세요.
꼭 사 추 세 이오

● **Xin anh(em) hãy giữ lời hứa.**
신 아잉(앰) 하이 즈 러이 흐어
약속 지키세요.
I-악 쏙 치 키 세 이오

● **Xin anh(em) đừng nói với người khác.**
신 아잉(앰) 뜨응 너이 버이 응어이 카악
다른 사람에게 말하지 마세요.
ta rưn xa ram mê kê, mal ra chi ma xê iô

● **Em(anh) sợ.**
앰 (아잉) 써
무서워요.
mu xo ua iô

● **Anh(em) hãy cố gắng lên nhé!**
아잉(앰) 하이 꼬 그앙 렌 니애
힘내세요.
him ne xê iô

● **Xin anh(em) đừng ngạc nhiên.**
신 아잉(앰) 뜨응 응악 니앤

제7과

놀라지 마세요.
nôl la chi ma xê iô

● Xin anh(em) đừng nổi giận.
신 아잉 (앰) 뜨응 노이 전
화내지 마세요.
hoa ne chi ma xê iô

● Xin anh(em) đừng thất vọng.
신 아잉(앰) 뜨응 털 버엉
실망하지 마세요.
xil mang ha chi ma xê iô

● Xin anh(em) đừng bỏ cuộc.
신 아잉 (앰) 뜨응 버어 꾸억
포기하지 마세요.
pho ki ha chi ma xê iô

● Anh(em) hãy làm hết khả năng.
아잉(앰)하이 람 헷 카 나앙
최선 다 하세요.
choe xơn tha ha xê iô

● Em cảm thấy buồn buồn.
앰 까암 터이 뿌언 뿌언
우울해요.
u ul re iô

142 | 활용 (한국어-베트남어 / 베트남어-한국어) 회화

● **Tâm trạng em không vui.**
떰 짜앙 앰 코옹 부이
기분이 안 좋아요.
ki bun ni an cho ai iô

● **Tâm trạng em vui.**
떰 짜앙 앰 부이
기분이 좋아요.
ki bun ni chô ai iô

Bài 8 : Gọi và trả lời điện thoại
제8과 전화걸기와 받기

- **Alô**
  알로
  여보세요.
  iơ bô xê iô

- **Nhà cô giáo Kim đúng không ạ?**
  느아 꼬 자우 낌 뚜웅 코옹 아
  김 선생님 댁이 맞으세요?
  Kim xơn xeng nim thec ki mat chư xê iô

- **Có thầy giáo Bắc ở đó không ạ?**
  꺼 터이 자우 박 어 떠 코옹 아
  박 선생님 계세요?
  bác xơn xeng nim ki-ê xê iô

- **Xin ông hãy chuyển máy cho giáo sư Lee**
  산 옹 하이 주이엔 마이 저 자우 쓰 리
  이 교수님 바꿔 주세요.
  I ki-ô xu nim ba cua chu xê iô

- **Em là Phương đây.**
  앰 라 프엉 떠이
  저는 프엉이에요.

chơ nưn phu oong I ê iô

● **Ai đó ạ?**
아이 떠 아
누구세요?
nu cu xê iô

● **Không có anh Hùng ở đây.**
코옹 꺼 아잉 흐응 어 떠이
후웅씨가 여기 없어요.
hung xi ca iơ ki ơp xơ iô

● **Điện thoại bận.**
띠엔 톼이 버언
통화중이에요.
thông hoa chung I ê iô

● **Tôi gọi nhầm máy.**
또이 거이 느엄 마이
잘못 걸었어요.
chal mốt co ri-ot xơ iô

● **Tôi không nghe rõ.**
또이 코옹 응애 러
잘 안 들려요.
chal an tưl li-ơ iơ

● **Xin hãy nói to lên ạ.**
신 하이 너이 떠 렌 아

크게 말하세요.
khư kê mal ra xê iô

● Anh có điện thoại.
아잉 꺼 띠엔 톼이
전화 왔어요.
chơn hoa oat xơ iô

● Tôi sẽ liên lạc sau.
또이 쌔 리엔 라악 싸우
나중에 연락 드릴게요.
na chung ê I-ơl lac tư ril kê iô

● Xin cảm ơn ông đã gọi cho tôi.
신 깜 언 옹 따 거이 저 또이
전화해 주서서 감사합니다.
chơn hoa he chu xi-o xo cam xa ham ni tà

● Cho tôi để lại tin nhắn.
저 또이 떼 라이 띤 느안
메시지 남길게요.
mê xi chi nam kil kê iô

● Anh gọi có việc gì ạ?
아잉 거이 꺼 비엑 지 아
무슨 일로 전화하셨어요?
mu xưn il lô chơn hoa ha xi-ơt xơ iô

Bài 9 : Giá cả

제9과 가격

- **Giá cái này bao nhiêu ạ?**
 자 까이 나이 빠우 니에우 아
 이거 얼마예요?
 I co ơl ma I ê iô

- **Mười đô ạ.**
 므어이 또 아
 10 달라예요.
 xip ta la iê iô

- **Đắt quá.**
 따앋 꾸아
 너무 비싸요.
 no mu bi sa iô

- **Hãy giảm giá cho tôi.**
 하이 자암 자 저 또이
 깎아 주세요.
 Ca ca chu xê iô

- **Tôi thiếu tiền.**
 또이 티애우 뜨엔
 돈이 모자라요.

tô ni mô cha ra iô

● **Trả tiền lẻ cho tôi.**
짜 띠엔 래 저 또이
거스름돈 주세요.
co xư rưm tôn chu xê iô

● **Cô trả tiền nhầm rồi.**
꼬 짜 띠엔 느엄 로이
잔돈 잘못 주셨어요.
chan tôn chal mốt chu xi-ot xo iô

● **Cho tôi xin hóa đơn.**
쩌 또이 신 화 떤
영수증 주세요.
I-oong xu chưng chu xê iô

● **Xin hãy tính tiền cho tôi.**
신 하이 띠잉 띠엔 저 또이
계산하세요.
ki-ê xan ha xê iô

Bài 10 : Mua sắm

제10과　물건사기

I. 쇼핑할 때 필요한 대화
   - Những hội thoại cần thiết khi đi mua sắm.

● **Gần đây có chợ không?**
건 떠이 꺼 저 코옹
여기 근처에 시장이 있습니까?
Iơ ki cưn chơ ê xi chang i ít xưm ni ca

● **Anh tìm cái gì vậy?**
아잉 띰 까이 지 버이.
뭐 찾으십니까?
mua chat-chư-xim-ni-ca.

● **Tôi muốn mua áo.**
또이 무언 뭐 아우
저는 옷을 사고 싶어요.
chơ-nưn ô-xưl xa-cô-xi-phơ-iô.

● **Chiếc này như thế nào?**
지엑 나이 느 테 나우.
이것은 어때요?
I-cơ-xưn ơ-te-iô.

● **Bao nhiêu tiền?**

빠우 니에우 띠엔.
얼마예요?
ơl-ma-iê-iô

● Hai mươi ngàn.
하이 므어이 응안.
이만원이에요.
I-man-uôn i-iê-iô.

● Hãy bán rẻ cho tôi.
하이 빤 래 저 또이.
좀 싸게 해 주세요.
chôm-xa-kê-he-chu-xê-iô.

● Có loại nào rẻ hơn không?
꺼 롸이 나우 래 헌 코옹.
더 싼 것은 없어요?
tho xan co xưn ợp xơ iô.

● Có loại 5 ngàn uôn không?
꺼 롸이 남 응안 원 코옹.
오천원짜리 있어요?
ô-chon-uôn cha-ri ít-xơ iô.

● Đởi cái này cho tôi.*
또이 까이 나이 저 또이
이것을 좀 바꿔 주세요.
I cot xử chôm ba cua chu xê iô
* ("Đởi" 할 때 혀를 약간 올리면서 발음해야 한다. "Đ"자는 "ㄹ"와 "뜨"

결합어를 발음해야 한다).

- Đắt quá. Giảm bớt giá cho tôi.
 딷 꾸아. 자암 뻗 자 저 또이.
 너무 비싸요. 좀 깎아 주세요.
 no-mu bi-xa-iô. Chôm ca-ca-chu-xê-iô.

- Tôi sẽ giảm cho hai ngàn.
 또이 새 잠 저 하이 응안.
 이천원 깎아 드릴게요.
 I chơn uôn ca ca tư ril kê iô.

- Bớt cho tôi năm ngàn.
 뻗 저 또이 남 응안.
 오천원 깎아 주세요.
 ô chơn uôn ca ca chu xê iô

- Hãy gói lại cho tôi.
 하이 꺼이 라이 저 또이
 포장해 주세요.
 phô chang he chu xê iô.

- Tôi muốn mua một hộp sâm.
 또이 무언 뭐 몯 홉 쌈
 인삼 한 통 사고 싶은데요.
 in xam han thông xa cô xip phưn tê iô

- Có loại sáu năm không?
 꺼 롸이 싸우 남 코옹.

육년짜리 있어요?
nhi úc ni on cha ri ít xơ iô.

● Mỗi hộp ba mươi ngàn.
모이 홉 빠 므어이 응안.
한 통에 삼만원이에요.
han thông ê xam man uôn I iê iô.

● Có loại rẻ hơn không?
꺼 루아이 래 헌 코옹.
더 싼 것이 있어요?
thơ xan co xi ít xơ iô.

● Cho tôi xem loại năm năm.
저 또이 샘 루아이 남 남.
오년짜리 보여 주세요.
ô-niơn-cha-ri bô-iơ-chu-xê-iô.

● Mỗi hộp bao nhiêu củ?
모이 홉 빠우 니에우 꾸.
한통에 몇 개 들어 있어요?
han-thông-ê miót-cê tư-rơ it′-xơ-iô.

● Loại này mấy năm?
롸이 나이 머이 남.
이건 몇 년 짜리에요?
I cơn miót niơn cha ri iê iô.

- Ở đây có bán trà sâm không?
  어 떠이 꺼 빠안 차 쌈 코옹.
  여기 인삼차도 팔아요?
  Iơ ki in xam cha tô pha ra iô.

- Táo bán thế nào vậy?
  따우 빠안 테 나우 바이
  사과 어떻게 팔아요?
  xa qua ơ-tốc-khê pha ra iô.

- Bốn quả một ngàn.
  본 꽈 몯 응안.
  네 개 천원이에요.
  nê ke chơn uôn I iê iô.

- Quả này hỏng rồi.
  꽈 나이 헝 로이.
  이 거 섞었어요.
  I-co xơ-cớt-xơ-iô.

- Có ngọt không?
  꺼 응얻 코옹
  달아요?
  ta ra iô.

- Cho tôi sáu quả.
  저 또이 싸우 꽈.
  여섯 개 주세요.

Io-xớt-ke chu-xê-iô.

● **Cái áo màu xanh kia bao nhiêu tiền?**
까이 아우 마우 싸잉 끼아 빠우 니에우 띠엔.
파란 옷은 얼마에요?
pha ran ốt xưn ơl ma iê iô.

● **Có loại nào tốt hơn không?**
꺼 롸이 나우 똣 헌 코옹.
더 좋은 거 없어요?
tho chô ưn co ợp xơ iô.

● **Có loại khác không?**
꺼 롸이 카악 코옹.
다른 것 있어요?
ta rưn co ít xơ iô.

● **Chất lượng có tốt không?**
짤 루엉 꺼 똣 코옹
질이 좋아요?
chi-ri chô-a-iô

● **Hãy chỉ cho tôi cách sử dụng.**
하이 지 저 또이 까익 쓰 주웅.
사용방법을 알려 주세요.
xa I ông bang bo pưl, al li o chu xê iô.

● **Đã bán hết cả rồi.**
따 빠안 헷 까 로이.

다 팔았습니다.
tha pha ri ớt xưm ni tà.

II. 남편과 아내가 함께 쇼핑하러 갈 때 – Khi chồng cùng vợ đi mua sắm

● Chồng(남편) : 오늘 우리 쇼핑하러 가자.
Ô nưl, u ri xô-phing ha ro ca cha.
Hôm nay chúng mình cùng đi mua sắm nhé.
홈 나이 쭝 미잉 꿍 띠 뭐 싸암 니애.

● Vợ(아내) : 지금 가요?
Chi cưm ca iô.
Bây giờ đi hả anh?
뻐이 저 띠 하 아잉.

● Chồng(남편) : 응, 갈 준비해요.
Ưng, cal chun bi he iô.
Ừ, em chuẩn bị đi đi.
으, 앰 주언 비이 띠 띠.

● Vợ(아내) : 좀 기다려 주세요.
Chôm ki ta ri o chu xê iô.
Anh chờ em chút nhé.
아잉 저 앰 주웃 니애.

● Chồng(남편) : 거기에 가면 구경하고 사고 싶은 거 사고 오자.

Co ki ê ca mi-on, cu ki-oong ha cô, sa cô xip phưn co, sa cô ô cha.

Đến đó xem, mua cái cần mua rồi mới về em nhé.
떼엔 떠어 쌤, 뭐 까이 까언 뭐 로이 머이 베에 앰 니애.

● **Vợ(아내)** : 돈 많이 들어요. 구경만 하고 와요.
Tôn ma ni tư ro iô. Cu ki-oong man ha cô oai iô.
Tốn tiền lắm . Chi xem rồi về anh nhé.
또온 띠엔 람. 찌 쌤 로이 베에 아잉 니애.

● **Chồng(남편)** : 안 돼요. 난 당신에게 무엇이나 사고 주고 싶어요.
An toe iô. Nan tang xin ê kê mu ớt xi na, sa chu cô xip pho iô.
Không được. Anh muốn mua cho em cái gì đó.
코옹 뜨억, 아잉 무언 뭐 저 앰 까이 지 떠.

● **Vợ(아내)** : 당신의 마음을 알아요.
Tang xin ma ưm mưl a ra iô.
Em hiểu tấm lòng của anh mà.
앰 히에우 떠엄 러엉 꾸아 아잉 마.

● **Chồng(남편)** : 그럼 빨리 준비해서 나가요.
Cu rơm pal li chun bi he so na ca iô.
Vậy thì em chuẩn bị nhanh để đi thôi.
버이 티 앰 주언 삐 느아잉 떼 띠 토이.

● **Vợ(아내)** : 화장 이렇게 해도 돼요?
Hoa chang I rot khê he tô toe iô?

Em trang điểm thế này được chứ?
앰 쯔앙 띠엠 테 나이 뜨억 즈

● Chồng(남편) : 화장 안 해도 예뻐요.
Hoa chang an he tô iê po iô.
Em không trang điểm cũng đẹp .
앰 코옹 짜앙 띠엠 꾸웅 땝.

● Vợ(아내) : 농담이죠?
Nông tam I chi ô.
Anh nói xạo chứ gì?
아잉 너이 싸우 쯔 지.

● Chồng(남편) : 나에게 당신 제일 예뻐요.
Na ê kê tang xin chê il iê po iô.
Đối với anh em đẹp nhất.
또이 버이 아잉 앰 땝 느언.

● Vợ(아내) : 네 알겠어요. 늦었어요. 빨리 가요.
Nê, al kết sơ iô. Nư chot sơ iô. Pal li ca iô.
Vâng, em biết rồi. Muộn rồi. Nhanh đi thôi anh.
버엉, 앰 삐엩 로이. 무언 로이. 느아잉 띠 토이 아잉.

● Chồng(남편) : 무슨 옷 색깔 좋아해요?
Mu sưn ốt xéc cal chô a he iô
Em thích áo màu gì?
앰 티익 아우 마우 지?

- **Vợ(아내)** : 분홍색이에요. 근데 왜요?
  Bu nông séc ki ê iô. Cưn tê oe iô.
  Màu hồng nhưng sao ạ?
  마우 호옹, 느응 싸우 아

- **Chồng(남편)** : 당신 뭐 좋아하는지 알고 사 주려고 해요.
  Tang xin mua chô a ha nưn chi al cô, xa chu ri-ơ cô he iô.
  Anh biết em thích gì để mua cho em.
  아잉 삐엗 앰 티익 지 떼 뭐 저 앰.

- **Vợ(아내)** : 괜찮아요. 집에 옷 많아요.
  Quen chan nai iô. Chip bê ốt man nai iô.
  Không sao đâu. Ở nhà có nhiều quần áo rồi.
  코옹 싸우 따우. 어 느아 꺼 느에우 꾸언 아우 로이.

- **Chồng(남편)** : 한국 겨울이 추워요. 올 겨울에 입을 옷 사야지요.
  Han cuc ki-ơ u-ri tru ua iô. Ôl ki-ơ u-rê ip pưl ốt sa I-a chi iô.
  Mùa đông Hàn Quốc rất lạnh. Phải mua áo mặc vào mùa đông chứ.
  무어 또옹 한 꾸억 러얼 라잉. 파이 뭐 아우 마악 바우 무어 또옹 즈

- **Vợ(아내)** : 하나만 사면 돼요.
  Ha na man sa mi on toe iô.
  Chỉ mua một cái cũng được rồi.
  찌 뭐 몯 까이 꾸웅 뜨억 로이

- **Chồng(남편)** : 이 옷이 어때요?

I ốt xi ơ te iô
Cái áo này thế nào?
까이 아우 나이 테 나우

● Vợ(아내) : 그냥 그래요.
Cư nhi ang cư re iô.
Cũng bình thường.
꾸웅 삐잉 트엉.

● Chồng(남편) : 마음에 안 들어요? 그럼 다른 것 골라 봐요.
Ma ưm mê an tu ro iô? Cư rom tha rưn cot cô la boai iô.
Em không ưng hả? Vậy chọn cái khác đi.
앰 코옹 으응 하? 버이 저언 까이 카악 띠.

● Vợ(아내) : 이 옷을 좋아해요.
I ốt sưl chô a he iô.
Em thích áo này.
앰 티익 아우 나이.

● Chồng(남편) : 괜찮네요. 한번 입어 봐요.
Quen chan nê iô. Han bon ip bo boai iô.
Cũng được đấy. Em thử mặc xem nào.
꾸웅 뜨억 따이. 앰 트 마악 쌤 나우.

● Vợ(아내) : 어때요? 좀 뚱뚱해 보이지 않아요?
Ơ te iô? Chôm tung tung he bô I chi an nai iô
Thế nào ạ? Trông không béo hơn chứ ạ?
테 나우 아? 쯔옹 코옹 빼우 허언 쯔 아

● Chồng(남편) : 이 옷 사요. 당신한테 어울려요.
  I ốt sa iô. Tang xin han thê o ul li ơ iô.
  Mua áo này đi. Hợp với em lắm.
  뭐 아우 나이 띠. 허업 버이 앰 람.

● Vợ(아내) : 마음에 들어요. 예쁘게 입을게요.
  Ma ưm mê tư ro iô. I ê pư kê ip pư kê iô.
  Em hài lòng lắm. Em sẽ diện nó.
  앰 하이 러엉 람. 앰 쌔 지엔 너.

● Chồng(남편) : 마음에 들었다니 나도 기분이 좋아요.
  Ma ưm mê tư rot tà ni. Na tô ki bun ni chô a iô.
  Em hài lòng nên anh cũng vui .
  앰 하이 러엉 넨 아잉 꾸웅 부이.

Bài 11 : Bữa ăn

제11과 식사

I. 집에서 가족과 함께 밥을 먹을 때 ♡ Khi ăn cơm cùng gia đình tại nhà

I-1. 밥상에서 먹기 전 하는 말 ♡ Câu mời trước khi ăn

● Chồng(남편) - Vợ (아내) : 밥 먹자
  bap mooc cha
  Chúng ta cùng ăn thôi
  쭝 따 꿍 안 토이

● Vợ(아내) : 배가 많이 고프시죠?
  be ka man ni cô phư xi chiô
  Anh đói lắm rồi nhỉ?
  아잉 떠이 람 로이 니

● Chồng(남편) : 오늘 뭐 줘요?
  ô nư mua chua iô
  Em cho anh ăn gì hôm nay?
  앰 저 아잉 안 지 홈 나이

● Vợ(아내) : 당신이 좋아하는 된장찌개 만들었어요.
  Tang xin chô a ha nưn tuên chang chi ke man tư rớt xơ iô.
  Em làm món canh tương anh thích.
  앰 람 먼 까잉 뜨엉 아잉 틱

● Chồng(남편) : 여보, 고마워요. 와! 맛있겠다.
Io bô, cô ma ua iô. Oa! mat xit kết tà.
Em yêu, cảm ơn em. Ôi ngon quá.
앰 이에우, 깜 언 앰. 오이! 응언 꾸아.

● Vợ(아내) : 많이 드세요
Ma ni tư xê iô.
Anh ăn nhiều nhé!
아잉 안 니에우 니애

● Chồng(남편) : 당신도 많이 드세요.
Tang xin tô ma ni tư xê iô
Em cũng ăn nhiều nhé
앰 꾸웅 안 니에우 니애.

● Chồng(남편) : 잘 먹겠습니다.
chal mooc kết xưm ni tà
Anh sẽ ăn ngon miệng
아잉 쌔 안 응언 미엥
♨ Đây là câu cảm ơn khi người khác làm cho mình ăn hoặc mua cho mình ăn cái gì đó.
(다른 사람이 음식을 만들어 주거나 사 줄 때 받는 사람이 "고맙다"라는 말 대신에 하는 말이다).

I-2. 밥을 먹는 중에 부부 할 수 있는 대화들 - Cuộc hội thoại có thể thực hiện trong bữa ăn.

● Chồng(남편) : 맛있게 만들었네요.
mat xit kê man tư rot nê iô.

Em nấu ăn ngon lắm
앰 너우 안 응언 람

● Vợ(아내) : 진짜예요? (그래요?)
chin tra iê iô (cư re iô)
Thật ạ? (vậy ạ?)
텃 아 (버이 아).

● Chồng(남편) : 정말이에요 = 진짜예요.
choong ma-ri ê iô = chin tra iê iô
Thật mà
텃 마

● Vợ(아내) : 그럼 많이 드셔야 돼요.
cư rom ma ni tư xi o I-a toe iô
Vậy thì anh phải ăn nhiều đấy nhé!
버이 티 아잉 파이 안 니에우 떠이 니애.

● Chồng(남편) : 당신 요리 솜씨가 참 대단해요.
Tang xin iô ri xôm si ca cham te tan he iô.
Tay nghề nấu nướng của em thật tuyệt vời.
따이 응에 너우 느엉 꾸아 앰 텃 뚜엩 버이

● Vợ(아내) : 베트남 음식 뭐 좋아하세요?
bê thư nam ưm xich mua chô a ha xê iô
Anh thích món ăn Việt Nam nào?
아잉 틱 먼 안 베트남 나우

● Chồng(남편) : 냄을 좋아해요 (냄은 군만두와 같은 베트남 음식임)
nem mư chô a he iô
Anh thích ăn nem.
아잉 틱 안 냄

● Vợ(아내) : 나중에 만들어 줄게요.
na chung ê man tư ro chul kê iô
Lần sau, em sẽ làm cho anh ăn nhé.
란 싸우, 앰 쌔 람 저 아잉 안 니애

● Chồng(남편) : 그래요, 시간이 있으면 시장에 같이 가요.
cư re iô. xi ca ni it xư mi on xi chang ê cat tri ca iô
Vậy nhé, khi có thời gian mình cùng nhau đi chợ nhé.
버이 니 애, 키 꺼 터이 잔 미잉 꾸웅 나우 띠 저 니애

● Vợ(아내) : 좋아요.
chô ai iô
Thích quá.
틱 꾸아

● Chồng(남편) : 필요할 것 있으면 얘기해요.
phi riô hal cot xi it xư mi on I-a ki he iô
Cần gì em cứ nói nhé.
껀 지 앰 끄 너이 니애

● Vợ(아내) : 네, 알겠어요.
nê, al kết xơ iô

Vâng, em biết rồi.
버엉 , 앰 비엩 로이

● Chồng(남편) : 빨리 먹어요. 다 식었어요.
Pal li mooc go iô. tha xi cot xơ iô
Ăn nhanh lên em. Nguội hết rồi.
안 느아잉 렌 앰 . 응오이 헷 로이

● Vợ(아내) : 오늘, 설거지 좀 해 주세요.
ô nư, sol co chi chôm he chu xê iô
Hôm nay, anh rửa bát cho em nhé!
홈 나이 아잉 르아 받 저 앰 니애

● Chồng(남편) : 우리 같이 하자.
u ri cat tri ha cha.
Chúng mình cùng làm nhé.
주웅 미잉 꾸웅 람 니애

● Vợ(아내) : 그래도 좋아요.
cư re tô chô a iô
Thế cũng được ạ.
테 꾸웅 뜨억 아

● Chồng(남편) : 더 먹어요. 당신 많이 말랐어요.
Tho mooc go iô. Tang xin ma ni mal lat xơ iô.
Em ăn thêm đi. Em gầy quá.
앰 안 템 디. 앰 꺼이 꾸아

● Vợ(아내) : 네, 많이 먹을게요.
nê, ma ni mooc cưl kê iô.
Vâng, em sẽ ăn nhiều.
버엉. 앰 쌔 안 니에우.

I-3. 밥을 먹은 후 하는 말 - Sau khi ăn xong

● Vợ(아내) : 맛있게 드셨어요?
mat xit kê tư xi ớt xơ iô
Anh ăn ngon miệng chứ?
아잉 안 응언 미엥 즈

● Chồng(남편) : 여보, 고마워요. 잘 먹었어요.
I o bô cô ma ua iô. Chal mooc cot xơ iô
Em yêu, cám ơn em. Anh rất ngon miệng.
앰 이에우, 깜 언 앰. 아잉 르엇 응언 미엥

● Vợ(아내) : 맛있는 거 많이 만들어 줄게요.
mat xit nưn cot ma ni man tư ro chul kê iô
Em sẽ làm nhiều món ngon cho anh.
앰 새 람 니에우 먼 안 응언 저 아잉

II. 부부 외식할 때 - Khi vợ chồng đi ăn bên ngoài.

● Chồng(남편) : 오늘 외식하러 가자
ô nưl, oe xich ha ro ca cha.
Hôm nay, mình đi ăn ở bên ngoài em nhé.
홈 나이 미잉 띠 안 어 벤 응아이 앰 니애.

- Vợ(아내) : 네, 좋아요.
  nê, chô ai iô
  Vâng, em thích lắm.
  버엉, 앰 틱 람

- Chồng(남편) : 무엇을 먹고 싶어요?
  mu ớt xư mooc cô xip pho iô
  Em thích ăn gì?
  앰 틱 안 지

- Vợ(아내) : 아무거나 다 좋아요.
  a mu co na tha chô ai iô
  Món nào cũng được ạ.
  먼 나우 꾸웅 뜨억 아.

- Chồng(남편) : 삼계탕을 주문할게요.
  xam ki ê thang chu mun hal kê iô
  Anh gọi món gà hầm sâm nhé!
  아잉 거이 먼 까 험 쌈 니애

- Vợ(아내) : 매워요?
  me ua iô
  Cay không ạ?
  까이 코옹 아

- Chồng(남편) : 안 매워요.
  an me ua iô
  Không cay đâu.
  코옹 까이 떠우

● Vợ(아내) : 그 음식을 먹을 수 있어요.
   cư ưm xich cử mooc cử xu it xơ iô
   Em có thể ăn được món đó.
   앰 꺼 테 안 뜨억 먼 떠

● Chồng(남편) : 한잔 같이 할까요? (소주 같이 먹을까요?)
   han chan cat tri hal cai iô (so chu cat tri mooc cử cai io).
   Mình uống rượu em nhé!
   미잉 우엉 르어우 앰 니애

● Vợ(아내) : 술을 못 먹어요.
   su rử mốt mooc go iô
   Em không uống được rượu.
   앰 코옹 웡 뜨억 르어우

● Chồng(남편) : 나 혼자 먹어도 돼요?
   na hôn cha mooc co tô toe iô
   Anh uống một mình cũng được nhé.
   아잉 우엉 몯 미잉 꾸웅 뜨억 니애

● Vợ(아내) : 조금만이에요.
   chô cưm man ni iê iô
   Chỉ chút thôi anh nhé.
   지 줃 토이 아잉 니애

★ 종업원을 부르기 – Gọi người phục vụ

● Chồng-vợ(남편-아내) : 저기요, 여기 주문 받으세요.
  cho ki iô, io ki chu mun bat tư xê iô
  Chủ quán ơi, cho tôi gọi món ăn.
  주 꾸안 어이, 저 또이 거이 먼 안

● Người phục vụ(종업원) : 뭐 드시겠어요?
  mua tư xi kêt xơ iô
  Anh chị dùng gì ạ?
  아잉 지 주웅 지 아

● Chồng -vợ(남편-아내) : 삼계탕 두 개 하고 소주 한 병 주세요.
  Sam ki ê thang ha cô sô chu han bi oong chu xê iô
  Cho tôi hai suất gà hầm sâm và một chai rượu Sô-chu.
  저 또이 하이 수얻 까 험 쌈 바 몯 자이 르어우 소주

● Người phục vụ(종업원) : 삼계탕 나왔어요. 뜨거우니까 조심하세요.
  Sam ki ê thang na oat xơ iô. Tư co u ni ca chô xim ha xê iô
  Gà đã ra rồi. Rất nóng, xin hãy cẩn thận ạ.
  까 따 라 로이. 르얻 넝 신 하이 껀 턴

● Người phục vụ(종업원) : 맛있게 드세요.
  mat xit kê tư xê iô
  Chúc anh chị ngon miệng.
  주욱 아잉 지 응언 미엥

● Chồng-vợ(남편-아내) : 감사합니다.
cam xa ham ni tà
Cám ơn.
깜 언

● Chồng(남편) : 맛있어요?
mat xit sơ iô
Có ngon không em?
꺼 응언 코옹 앰

● Vợ(아내) : 네, 맛있어요.
nê, mat xit xơ iô
Dạ, ngon ạ.
자, 응언 아

● Chồng(남편) : 더 먹어요.
thơ mooc co iô
Em ăn thêm đi.
앰 안 템 띠

● Vợ(아내) : 배불러요. 더 먹을 수 없어요.
Be bul lo iô. Thơ mooc cưl su ợp xơ iô
Em no rồi. Không thể ăn thêm được nữa.
앰 너 로이. 코옹 테 안 템 뜨억 느어

● Chồng(남편) : 더 맛있는 거 많이 사 줄게요.
Tho mat xit nưn co ma ni sa chul kê iô
Anh sẽ mua nhiều món ngon nữa cho em.
아잉 쌔 뭐 니에우 먼 응언 느어 저 앰

● Vợ(아내) : 고마워요. 근데 돈이 많이 들어요.
Cô ma ua iô. cưn tê tôn ni ma ni tư ro iô.
Cám ơn anh. Nhưng mà tốn kém lắm ạ.
깜 언 아잉. 느응 마 똔 깸 람 아.

● Chồng(남편) : 걱정하지 마세요. 먹고 싶은 거만 애기해요.
cooc chong ha chi ma xê iô. mooc cô xip phưn co man I a ki he iô
Đừng lo lắng gì. Em thích ăn gì thì cứ nói.
뜨응 (을)러 (을)라앙 지. 앰 티익 안 지 티 끄 너이

★ 밥 먹은 후에 식당 주인에게 인사하기
Sau khi ăn xong, gửi lời chào chủ quán.

● Chồng(남편) : 계산해 주세요.
Kê san he chu sê iô
Tính tiền cho tôi.
띠잉 띠엔 저 또이

● Chủ quán(식당 주인) : 맛있게 드셨어요?
mat xit kê tư siớt xơ iô
Anh chị ăn ngon miệng chứ ạ?
아잉 지 안 응언 미엥 즈 아

● Chồng-vợ(남편-아내) : 네, 맛있었어요.
nê , mat xit sớt xơ iô.
Vâng, ngon lắm ạ.
버엉, 응언 람 아.

● Chủ quán(식당 주인) : 다음에 또 오세요.
　　tha ưm mê tô ô xê iô
　　Lần sau anh chị lại đến nhé.
　　런 싸우 아잉 지 라이 뗀 니애.

● Chồng(남편) : 네, 수고하세요.
　　nê, su cô ha sê iô.
　　Vâng, bác làm nhé!
　　버엉, 바악 람 니애.

● Chủ quán(식당 주인) : 안녕히 가세요.
　　a nhi-oong hi ca xê iô.
　　Anh chị đi nhé.
　　아잉 지 띠 니애.

Bài 12 : Cơ thể, bệnh tật, điều trị
제12과 몸, 병, 치료

I. 신체 - Cơ thể

● 키가 얼마에요?
  Khi ca ơl ma iê iô
  Em cao bao nhiêu?
  앰 까우 빠우 니에우

● 백 육십이에요.
  Béc nhi uc xíp I iê iô
  Em cao một mét sáu.
  앰 까우 못 맽 싸우

● 몸무게는 얼마에요?
  Môm mu kê nưn ơl ma iê iô
  Em cân nặng bao nhiêu ?
  앰 까언 낭 빠우 니에우

● 사십 킬로에요.
  Xa xíp khi lô iê iô
  Em nặng 40kg.
  앰 낭 뽀온 므어이 까언

● 너무 말라요.
  No mu mal lai iô.

Em gầy quá.
앰 거이 꾸아.

● 베트남 사람이 원래 말라요.
Bê thư nam sa ra mi uôn le mal lai iô .
Người Việt Nam vốn dĩ gầy.
응어이 베트남 본 지 거이

● 혈액형이 뭐예요?
Hi o rec khi oong i mua iê iô
Em nhóm máu gì?
앰 너엄 마우 지

● 요즘 많이 먹어서 살이 쪘어요.
Iô chưm ma ni mooc co xơ sa ri chi oot xơ iô
Dạo này ăn nhiều nên em béo ra.
자우 나이, 안 니에우 넨 앰 빼우 라

● 잘못 먹어서 살이 빠졌어요.
Chal mỗt mooc co so sa ri pa chi oot xơ iô
Em không ăn được nên gầy đi rồi.
앰 코옹 안 뜨억 넨 거이 띠 로이

II. 아플 때 – Đau ốm

● 피곤해 보여요.
　Phi côn he bô I io iô.
　Trông em có vẻ mệt mỏi
　쯔옹 앰 꺼 배 멛 머이.

● 네. 좀 피곤해요.
　Nê, chôm phi côn he iô.
　Vâng, em hơi mệt
　버엉 앰 허이 멛.

● 왜 요? (뭐 때문이에요?)
　Oe iô (mua te mu ni ê iô).
　Sao thế?(Vì cái gì vậy?)
　싸우 테 (비 까이 지 버이)

● 저는 삼일 전에 감기에 걸렸어요.
　Cho nưn xam il cho nê, cam ki ê cơ li ớt xơ iô
　Em bị cảm từ ba hôm trước.
　앰 삐 깜 뜨 빠 홈 쯔억.

● 약을 먹었어요?
　iá-cưl mơ-cớt so iô
　Em đã uống thuốc chưa?
　앰 따 웡 툭 쯔어

● 약을 먹었는데 아직 안 나았어요.
　Iá cưl mơ cớt nưn tê a chich an na xơ iô

Em đã uống thuốc nhưng chưa khỏi
앰 따 웡 툭 느응 쯔어 커이.

● 병원에 가 보세요.
Bi oong uôn nê ca bô xê iô.
Hãy thử đi bệnh viện xem sao.
하이 트 띠 뼁 비엔 쌤 싸우.

● 그래야 되겠어요.
Cư re ia toe kết xơ iô
Chắc phải vậy thôi.
짜악 파이 버이 토이

● 저는 진찰을 받았어요.
Cho nưn chin chal rưl ba tát xơ iô
Tôi đã khám bệnh rồi.
또이 따 캄 뼁 로이

● 머리가 아파요.
mơ ri ca a pha iô
Em đau đầu.
앰 따우 떠우

● 두통약을 사서 드세요.
Tu thông I ac cưl sa so tư xê iô
Hãy mua thuốc đau đầu mà uống.
하이 뭐 툭 따우 떠우 마 웡

- 등이 아파요.
  Tưng I a pha iô
  Em đau lưng
  앰 따우 르응

- 등이 아프면 무거운 거 들지 마세요.
  Tưng I a phư mi-on, mu co un cot tư chi ma xê iô
  Nếu đau lưng thì đừng mang đồ nặng nhé!
  네우 따우 르응 티 뜨응 마앙 또 낭 니애

- 주사를 놔 주세요.
  Chu xa rư noa chu xê iô
  Hãy tiêm cho em
  하이 띠엠 저 앰

- 며칠 동안 쉬어야 해요.
  Mi ớt chil tông an xuy o ia he iô
  Cần phải nghỉ ngơi mấy hôm
  껀언 파이 응이 응어이 머이 홈

- 관심 가져서 감사합니다.
  Quan sim ca chi o so cam sa ham ni tà
  Em cảm ơn vì đã quan tâm đến em.
  앰 깜 언 비 따 관 떰 뗀 앰

III. 약국에서 - Tại hiệu thuốc

● 저는 약국에 가요.
Cho nưn I ác cu kê ca iô
Em đi đến hiệu thuốc.
앰 띠 뗀 히에우 툭

● 어디 아파서 그래요?
Ơ ti a pha so cư re iô
Em bị đau ở đâu nên phải vậy à?
앰 삐 따우 어 떠우 넨 파이 버이 아

● 네, 감기에 걸렸어요. 감기약을 사려고요.
Nê, ca ki ê co li ớt xơ iô. cam ki iac cưl xa riơ cô iô
Vâng, em bị cảm. Em định mua thuốc cảm.
버엉, 앰 삐 깜. 앰 띵 뭐 툭 깜.

● 증상이 어때요?
Chưng xang i ơ te iô
Triệu chứng như thế nào?
찌에우 쯔응 테 나우

● 기침 하고 열이 나고 머리도 아파요.
Ki chim ha cô Io ri na cô mo ri tô a pha iô
Ho, sốt và đau đầu.
허 쏟 바 따우 떠우.

- 이 약을 드세요.
  I iac cưl tư xê iô.

  Chị hãy uống thuốc này.
  찌 하이 윙 툭 나이

- 약을 어떻게 먹어요?
  Iac cưl ơ tớc khê mooc co iô

  Uống thuốc như thế nào ạ?
  웡 툭 느 테 나우 아

- 하루에 세 번 드세요. 식후 30분에 드셔야 해요.
  Ha ru ê xê bon tư xê iô. Xich khu xam xip pu nê tư xiơ I a he iô

  Một ngày uống ba lần và phải uống sau bữa ăn 30 phút.
  못 응아이 웡 빠 런 바 파이 웡 싸우 쁘아 안 빠 드어이 풋

IV. 병원에서 - Tại bệnh viện

- Bác sĩ(의사) : 어떻게 오셨어요?
  Ơ tớc khê ô xi oot xơ iô

  Chị đến đây thế nào ạ?
  지 뗀 떠이 테 나우 아

- Bệnh nhân(환자) : 저는 삼주 전에 배가 아팠어요.
  Cho nưn xam chu chơ nê a phát xơ iô

  Em đau bụng cách đây ba tuần
  앰 따우 뿡 까익 떠이 빠 뚜언.

● Bác sĩ(의사) : 접수하고 오세요.
　Chop su ha cô ô xê iô.
　Chị hãy đăng kí rồi trở lại đây
　지 하이 땅 끼 로이 쩌 라이 따이.

● Bệnh nhân(환자) : 접수해 주세요.
　Chop su he chu xê iô.
　Cho tôi đăng kí ạ.
　쩌 또이 땅 끼 아.

● Bác sĩ(의사) : 내과에 가 보세요.
　Ne qua ê ca bô xê iô.
　Chị hãy đi đến khoa nội.
　찌 하이 띠 뗀 쿠아 노이.

● Bệnh nhân(환자) : 검사해 주세요.
　Com xa he chu xê iô
　Xin kiểm tra cho em.
　씬 끼엠 쯔아 저 앰

● Bác sĩ(의사) : 잠깐 앉아서 기다려 주세요.
　Cham can an cha sơ ki ta ri o chu xê iô
　Xin hãy ngồi đợi một chút ạ.
　씬 하이 응오이 떠이 몯 줏 아

● Bệnh nhân(환자) : 제 증상이 어떤가요? 많이 안 좋은가요?
　Chê chưng xang I ơ tơn ca iô? ma ni an chô ưn ca iô
　Bệnh của em thế nào? Có nặng lắm không ạ?
　뺑 꿔 앰 테 나우 아? 꺼 낭 람 코옹 아

● Bác sĩ(의사) : 병이 심하지 않지만 조심해야 합니다.
Bi ơng i xim ha chi an chi man, chô xim he I a ham ni tà
Bệnh không nặng nhưng phải cẩn thận
뼁 코옹 낭 느응 파이 낀 턴.

● Bệnh nhân(환자) : 어떻게 치료를 해요?
Ơ tơc khê tri ri ô rươ he I a he iô
Phải điều trị thế nào ạ?
파이 띠에우 찌 테 나우 아

● Bác sĩ(의사) : 치료를 안 받아도 돼요.
Tri ri ô rươ an bat ta tô toe iô
Không điều trị cũng được.
코옹 띠에우 찌 꾸웅 뜨억

● Bệnh nhân(환자) : 그럼 엑스레이를 찍어야 되나요?
Cu rom êch xư rây I rươ chich cơ I-a toê na iô.
Vậy có phải chụp phim không ạ?
버이 꺼 파이 쭙 핌 코옹 아?

● Bác sĩ(의사) : 이 약을 드시고 지켜보세요.
I iac cul tu xi co chi khi-o bô sê iô.
Hãy uống thuốc này và chú ý xem sao
하이웡 툭 나이 바 주 이 쌤싸우.

V. 아내가 임신할 때 - Khi vợ mang thai.
V-1. 임신한 것 같은 느낌이 들 때 - Khi vợ có cảm giác đã mang thai

● Vợ(아내) : 여보, 나 몸이 좀 안 좋은 것 같아요.
Io bo, na mo-mi chôm an cho ưn cot cat thai iô.
Anh ơi, em thấy người không khỏe.
아잉 어이, 앰 터이 응어이 코옹 쿠외 .

● Chồng(남편) : 언제부터 그랬어요?
Ơn chê bu thơ cư ret sơ iô?
Em như vậy từ bao giờ?
앰 느 버이 뜨 빠우 저?

● Vợ(아내) : 요 며칠이에요.
iô mi ơ tri ri ê iô
Từ mấy hôm rồi ạ.
뜨 머이 홈 로이 아

● Chồng(남편) : 생리기간이라서 그런가?
Seng ni ki can ni ra sơ cư ron ca
Hay do kinh nguyệt nên vậy ạ?
하이 저 끼잉 응우엩 넨 버이 아

● Vợ(아내) : 생리 예정일이 좀 지났어요.
seng ni iê choong I ril chôm chi na xơ iô
Ngày bị kinh nguyệt qua rồi.
응아이 삐 끼잉 응우엔 꾸아 로이

● Chồng(남편) : 설마 임신한 거 아니에요?
Sol ma im xin han cơ a nhi iê iô
Hay là em đã mang thai?
하이 라 앰 따 마앙 타이

● Vợ(아내) : 그런 것 같아요.
Cu rơn cơt cat thai iô
Có lẽ là như vậy.
꺼 래 라 느 버이

● Chồng(남편) : 임신 테스트 해 봤어요?
Im xin thê xư thư he boat xơ iô
Em đã thử kiểm tra xem có thai chưa?
앰 따 트 끼엠 짜 쌤 꺼 타이 즈어

● Vợ(아내) : 아직은요.
a chich cưn nhi ô
Em chưa.
앰 즈어

● Chồng(남편) : 지금 산부인과에 가자.
Chi cưm san bu in qua ê ca cha.
Bây giờ chúng mình cùng đến bệnh viện phụ sản.
버이 저 주웅 미잉 꾸웅 뗀 뼁 비엔 푸 산.

V-2. 산부인과에 갔을 때 - Khi đến bệnh viện phụ sản.

● Bác sĩ(의사) : 어떻게 오셨어요?
Ơ tốc khê ô xi ớt xơ iô

Anh chị đến đây có việc gì thế ạ?
아잉 지 뗀 떠이 꺼 비엑 지 테 아

● Chồng(남편) : 제 와이프 임신했는지 검사해 주세요.
Chê oai I phư im xin hét nưn chi cơm xa he chu xê iô
Hãy khám xem vợ tôi có bầu chưa ạ.
하이 캄 쌤 버 또이 따 꺼 뻐우 쯔어 아

● Bác sĩ(의사) : 축하해요. 사모님 임신하셨어요.
Chúc kha he iô. Sa mô nim im xin ha xi ot xơ iô.
Chúc mừng anh chị. Chị nhà đã có bầu rồi.
쭉 므응 아잉 찌. 찌 느아 따 꺼 바우 로이

● Chồng(남편) : 정말이에요? 나 아버지가 됐어요. 믿어지지 않네요.
Chong mal ri ê iô? Na a bo chi ca toet xơ iô. Mít to chi chi an nai iô
Thật không ạ? Tôi đã trở thành bố. Không thể tin đượcc.
탓 코옹 아? 또이 따 쩌 타잉 뽀. 코옹 테 띤 뜨억

● Bác sĩ(의사) : 임신하신 지 2주 됐어요.
Im xin ha xin chi I chu toet xơ iô
Chị nhà mang thai được hai tuần rồi.
찌 느아 마앙 타이 뜨억 하이 뚜언 로이

● Chồng(남편) : 여보, 임신 2주 됐어요.
I o bô, im xin i chu toet xơ iô
Em ơi, em mang thai được hai tuần rồi.
앰 어이, 앰 마앙 타이 뜨억 하이 뚜언 로이

● Vợ(아내) : 정말이에요? 너무 행복해요.
Choong mal ri ê iô? No mu heng bốc khe iô.
Thật không ạ? Ôi hạnh phúc quá.
텉 코옹 아? 오이 하잉 푸욱 꾸아.

● Chồng(남편) : 오늘부터 무거운 물건, 짐을 절대 들지 마요.
Ô nư bu tho mu co un mul con, chim mư chool te tư chi ma iô.
Từ hôm nay em không được mang đồ nặng nhé.
뜨 홈 나이 앰 코옹 뜨억 마앙 또오 나앙 니애.

● Vợ(아내) : 의사 선생님이 뭐라고 하셨어요?
Ưi xa xon xeng ni-mi mua ra cô ha xi-oot xơ iô.
Bác sĩ nói gì hả anh?
빠악 씨 너이 지 하 아잉?

● Chồng(남편) : 약을 함부로 먹지 않아야 하고.
Iac cưl ham bu ro mooc chi an nai I a ha cô
Không được uống thuốc tùy tiện.
코옹 뜨억 워엉 퇵 뚜이 띠엔

● Vợ(아내) : 이 걸 알아요.
I col a ra iô
Em biết điều này.

앰 삐엘 띠에우 나이

● Chồng(남편) : 의사 선생님이 철분, 칼슘, 영양제를 많이 먹어야 한대요.
Uỉ xa xơn xeng ni mi chơl bun, khal xi um, I-oong I-ang che rul ma ni mooc co I-a han te iô.
Bác sĩ còn nói phải ăn nhiều chất sắt, can xi, chất dinh dưỡng.
빠악 씨 꺼언 너이 파이 안 니에우 자얻 싸앝, 깐 시, 자얻 지잉 즈엉.

● Vợ(아내) : 우리 아기 위해 많이 먹을게요.
U ri a ki uy he ma ni mooc cư kê iô.
Vì con chúng ta em sẽ ăn nhiều.
비 꺼언 주웅 따 앰 쌔 안 니에우.

● Chồng(남편) : 응, 먹고 싶은 거 많이 사 줄게요.
Ứng, mooc co xip phưn co ma ni xa chul kê iô.
Anh sẽ mua nhiều thứ em thích ăn.
아잉 쌔 뭐 니에우 트 앰 티익 안.

● Vợ(아내) : 여보, 고마워요.
I o bô cô ma ua iô.
Anh ơi, em cảm ơn anh.
아잉 어이, 앰 깜 언 아잉.

● Chồng(남편) : 뭘요? 우리 남남이에요?
mulô ri-ô. U ri nam nam mi ê iô.
Em nói gì vậy? Mình là người ngoài chắc?
앰 너이 지 버이. 미잉 라 응어이 응와이 즈악?

- Vợ(아내) : 그 의미가 아닌데요. 진짜 고마워서 그래요.
  Cư ưi mi ca a nin tê iô. Chin tra cô ma ua xo cư re iô
  Em không có ý đó. Thật sự em cảm ơn anh nên vậy mà.
  앰 코옹 꺼 이 떠 . 텃 쓰 깜 언 아잉 넨 머이 버이 마

- Chồng(남편) : 오히려 내가 고마워해야지요.
  Ô hi ri ơ ne ca cô ma ua he I a chi
  Anh mới là người phải cảm ơn em.
  아잉 머이 라 응어이 파이 깜 언 앰

- Vợ(아내) : 집에 가서 엄마한테 전화해요.
  Chi bê ca xơ, om ma han thê chơn hoa he iô
  Về nhà gọi điện cho mẹ nhé!
  베 느아 거이 띠엔 저 매애 니애

- Chồng(남편) : 응, 어머니, 아버지 온 가족 다 기뻐하시겠어요.
  Ưng, o mo ni, a bo chi ôn ca chôc tha ki pơ ha xi kết sơ iô
  Ừ, chắc là bố mẹ vui lắm đấy.
  으, 짜악 라 뽀 매애 부이 람 떠이

- Vợ(아내) : 언제 병원에 또 와요?
  Ơn chê bi-oong uôn nê tô oa iô
  Bao giờ mình lại đến bệnh viện há anh?
  빠우 저 미잉 라이 떼엔 뻥 비엔 하 아잉

- Chồng(남편) : 당신 건강하고 우리 아기가 잘 자라면 한 달 후에 병원에 다시 와요.

Tang xin cơn cang ha cô, u ri a ki ca chal cha ra mi on, han tal hu ê bi oong uôn nê ta xi oai iô.

Nếu em và con khỏe thì sau một tháng mình lại đến bệnh viện

네우 앰 바 꺼언 쿠애 티 싸우 몯 타앙 미잉 라이 떼엔 뼁 비앤.

Bài 13 : Giao thông

제13과 교통

● 실례하지만 말씀 좀 묻겠습니다.
  xil lê ha chi man, mal xưm chôm mut kết xưm ni tà
  Làm ơn cho tôi hỏi một chút.
  람 언 저 또이 허이 몯 쭌

● 화장실 어디에요?
  Hoa chang xil ơ ti ê iô
  Nhà vệ sinh ở đâu?
  느아 베 싱 어 떠우

● 저기에 있어요.
  Cho ki ê it sơ iô.
  Ở đằng kia ạ.
  어 땅 끼아 아

● 화장실 밖에 있어요.
  Hoa chang xil bac kê it sơ iô
  Nhà vệ sinh ở bên ngoài.
  느아 베 씽 어 뺀 응와이

● 여기서 멀어요?
  Iơ ki so mo ro iô?
  Có xa đây không ạ?
  꺼 사 떠이 코옹 아?

● 걸어서 약 5분입니다.
Co ro xo iác ô bun im ni tà
Đi bộ mất khoảng 5′.
띠 뽀 먼 쿠앙 남 푼

● 여기가 어디죠?
Io ki ca ơ ti chi-ô
Đây là đâu ạ?
떠이 라 떠우 아

● 길을 잃어 버렸어요.
Ki rưl I ro bo ri ớt xơ iô
Tôi bị lạc đường.
또이 삐 락 뜨엉

● 이 지방을 잘 아세요?
I chi bang ưl chal a xê iô
Anh biết rõ về vùng này chứ ạ?
아잉 삐엗 러 베 부웅 나이 즈 아

● 여기서 거기에 어떻게 가요?
Iơ ki sơ cơ ki ê ơ tốc khê ca iô
Từ đây đến đó đi thế nào ạ?
뜨 떠이 뗀 떠 띠 테 나우 아

● 버스를 타고 가세요.
Bơ xư rưl tha cô ca xê iô
Hãy đi xe buýt.
하이 띠 쌔 뿌윗

- 몇 번 버스를 타면 돼요?

  Mi ớt bon bơ xư tha mi on toe iô

  Đi xe buýt số mấy ạ?

  띠 쌔 뿌윗 쏘 머이 아

- 100번 버스를 타면 돼요.

  Béc bơn bơ xư rưl tha mi ơn toe iô.

  Anh đi chuyến xe buýt số 100 là được.

  아잉 띠 주엔 쌔 뿌윗 쏘 몯 짬 라 뜨억

- 가장 가까운 병원이 어딘지 말씀해 주세요.

  Ca chang ca ka un bi oong uôn ni, ơ tin chi mal xưm he chu xê iô

  Làm ơn cho tôi biết bệnh viện gần nhất ở đâu?

  람 언 저 또이 삐엩 뻥 비엔 건 느얻 어 떠우

- 시청으로 가는 길을 좀 가르쳐 주세요.

  Xi chong ư rô ca nưn ki rưl chôm ca rư chi o chu xê iô

  Hãy chỉ đường đi tòa thị chính giúp tôi.

  하이 지 뜨엉 띠 뚜와 티 찌잉 주웁 또이

- 이 근처에 시장이 있어요?

  I cưn-chơ-ê xi-chang-i ít-xơ-iô

  Gần đây có chợ không ạ?

  껀 떠이 꺼 쩌 코옹 아?

- 시장에 가고 싶어요.

  Xi chang ê ca cô xip phơ iô.

  Tôi muốn đi chợ.

  또이 무언 띠 쩌.

● 시장에 어떻게 가요?
　　Xi chang ê ơ tốc khê ca iô?
　　Đi chợ như thế nào ạ?
　　띠 쩌 느으 테 나우 아?

● 이 길로 똑바로 가세요.
　　I kil lo tốc-pa-rô ca-xê-ô
　　Hãy đi thẳng đường này.
　　하이 띠 타앙 뜨엉 나이.

● 모퉁이에서 우회전 가세요.
　　mô thung I ê xơ u huê chon ca xê iô
　　Tới góc đường thì rẽ phải.
　　떠이 꺼억 뜨엉 티 래 파이.

● 시장은 우체국 건너편에 있어요.
　　Xi chang ưn u chê cuc con nơ phi-ơn nê it xơ iô.
　　Chợ ở đối diện với bưu điện.
　　쩌 또이 지엔 버이 쁘우 띠엔.

● 저랑 함께 가시죠?
　　Cho rang ham kê ca xi chi ô
　　Đi cùng tôi chứ?
　　띠 꾸웅 또이 쯔

● 지하철역으로 가는 길을 가르쳐 주세요.
　　Chi ha chol iốc cư rô ca nưn ki rửl ca rư chi ơ chu xê iô
　　Xin anh chị giùm tôi đường đến ga tàu điện ngầm.
　　신 아잉 지 주움 또이 뜨엉 뗀 가 따우 띠엔 응엄

● 서울 두장 주세요.
　　Xơ ul tu chang chu xê iô
　　Cho tôi hai vé đi Seoul.
　　쪼 또이 하이 배 띠 써 울

● 어디서 타요?
　　Ơ ti so tha iô
　　Tôi có thể lên tàu(lên xe)ở đâu ạ?
　　또이 꺼 테 렌 따우 (렌 쌔) 어 떠우 아

● 그 곳에 지하철로 갈 수 있어요?
　　Cư cô xê chi ha chol lô cal xu ít xơ iô
　　Tôi có thể đi đến đó bằng tàu điện ngầm được không?
　　또이 꺼 테 띠 뗀 더 바앙 따우 띠엔 응엄 뜨억 코옹

● 지하철로 가도 되고 택시로 가도 돼요.
　　Chi ha chơl lô ca tô toê cô, thec xi rô ca tô toê iô
　　Đi bằng tàu điện ngầm cũng được, đi bằng tắc xi cũng được.
　　띠 빠앙 따우 띠엔 응암 꾸웅 뜨억, 띠 빠앙 따악 씨 꾸웅 뜨억

● 중간에 안 갈아 타도 되죠?
　　Chung can nê an ca ra tha tô toe chi ô
　　Giữa chừng không phải chuyển xe chứ ạ?
　　즈어 츠응 코옹 파이 주엔 쌔 즈 아

　☀ 택시를 탈 때 목적지만 말하면 됩니다.
　　　보기　Khi đi tắc xi chi cần nói điểm cần đến là được.
　　　　　예) Ví dụ trường hợp cần đến　배재 ta nói:

- **Khách (손님)** 배재 시장에 가 주세요.
  Be che xi chang ê ca chu xê iô
  Cho tôi đến chợ Paichai.
  쩌 또이 뗀 쩌 배 재

- **Người lái xe (운전기사)** : 다 왔어요.
  Tha oat xơ iô
  Đã đến rồi.
  따 뗀 로이

- **Khách** : 여기서 내려 주세요.
  I o ki xo ne ri o chu xê iô
  Cho tôi dừng tại đây.
  쩌 또이 증 따이 떠이.

- **Lái xe** : 안녕히 가세요.
  A nhi-oong hi ca xê iô
  Xin chào anh(chị).
  씬 짜우 아잉 (찌)

- **Khách** : 감사합니다. 수고하세요.
  Cam sa ham ni ta. Su cô ha xê iô
  Cám ơn bác. Bác làm việc tốt nhé!
  깜 언 빠악. 빠악 람 비엑 똣 니애

Bài 14 : Khi vợ giận dỗi vì chồng về nhà muộn

제14과　남편이 늦게 집에 오니까 아내가 삐질 때

● **Chồng(남편)** : 당신 다 예쁜데 잘 안 삐졌으면 더 좋겠어요..
Tang xin tha I-ếp pưn tê chal an pi chi-ốt xư mi-ơn tho chô kết so iô

Mọi mặt em đều đẹp cả nhưng nếu không hay dỗi thì tốt hơn.
머이 마얃 앰 데우 댑 까 느응 네우 코옹 하이 조이 티 똗옷 허언

● **Vợ(아내)** : 당신 집에 늦게 오시니까 그렇죠.
Tang xin chi bê nức kê ô xi ni ca cư rot chi ô

Vì anh về muộn nên em mới vậy chứ.
비 아잉 베 무언 네엔 앰 머이 바이 쯔

● **Chồng(남편)** : 알고 삐져야지요.
al cô pi chi ơ I-a chi iô

Em phải biết rồi mới giận chứ.
앰 파이 삐엗 로이 머이 자안 즈

● **Vợ(아내)** : 뭐 알라고 그러세요?
mua al la cô cư rơ xê iô

Anh bảo em phải biết gì?
아잉 빠우 앰 파이 삐엔 지

● Chồng(남편) : 한국에 모임이 많아서 가끔 집에 늦게 들어
올 때도 있어요.
Han cu kê mô im mi ma na sơ, ca cưm chi bê núc kê tư ro ôl
te tô it xơ iô
Ở Hàn quốc nhiều hội họp nên thinh thoảng anh về nhà muộn
어 한 꾸억 니에우 호이 허업, 네엔 티잉 투앙 아잉 베 느아 무언

● Vợ(아내) : 늦게 오시면 미리 전화하세요.
núc kê ô xi mi on, mi ri chon hoa ha xê iô
Nếu về muộn anh gọi điện trước nhé.
네우 베 무언 아잉 거이 띠엔 즈억 느애

● Chồng(남편) : 가끔 그렇지 못할 때도 있으니까 이해해 주세요.
ca cưm cư rot chi mốt thal te tô it xư ni ca I he he chu xê iô
Cũng có lúc không thể như thế được mong em hiểu cho anh.
꾸웅 꺼 루욱 코옹 테 느 테 뜨억 머엉 앰 히에우 저 아잉

● Vợ(아내) : 이해하는데 자주 하면 안 돼요.
I he ha nưn tê cha chu ha mi-ơn an toe iô
Em hiểu nhưng nếu thường xuyên thì không được.
앰 히에우 느응 네우 트엉 수이엔 티 코옹 뜨억

● Chồng(남편) : 이해해 줘서 고마워요.
I he he chua sơ cô ma ua iô
Cám ơn em hiểu cho anh.
깜 언 앰 히에우 저 아잉

● Vợ(아내) : 밖에서 술 많이 드시고 오시면 안 돼요.
bac kê sơ sul ma ni tư xi cô, ô xi mi on an toe iô
Anh uống nhiều rượu rồi về là không được đâu nhé.
아잉 우엉 니에우 르어우, 로이 베 라 코옹 뜨억 떠우 니애

● Chồng(남편) : 알았어요. 술 먹고 실수할까 봐 그렇지요?
a rát xơ iô. Sul mooc cô sil su hal ca boa cư rot chi iô
Anh biết rồi. Em sợ anh uống nhiều rồi mắc lỗi chứ gì?
아잉 삐엗 로이. 앰 써 아잉 우엉 니에우 로이 마악 로이 쯔 지

● Vợ(아내) : 그래요. 이제 왜 전번에 삐졌는지 알았겠죠?
cư re iô. I chê oe chon bon nê, bi chi ot nưn chi a rát kết chi ô
Vâng. Bây giờ chắc anh đã hiểu tại sao trước đây em giận rồi chứ?
버엉. 뻐이 저 자악 아잉 따 히에우 따이 싸우, 즈억 떠이 앰 자언 로이 쯔

● Chồng(남편) : 그래서 미안했잖아요.
cư re xo mi an het chan nai iô
Vì thế nên anh đã xin lỗi rồi còn gì.
비 테 네엔 아잉 따 신 로이 로이 건 지

● Vợ(아내) : 왜 가끔 집에서 안 자고 다른 데서 잤어요?
oe ca cưm chip bê xơ, an cha cô ta rưn tê xo chat xơ iô
Thế tại sao thỉnh thoảng anh không ngủ ở nhà mà ngủ ở chỗ khác?
테 따이 싸우 티잉 투앙 아잉 코옹 응우 어 느아, 마 응우 어 조 카악

● Chồng(남편) : 한국에서 친한 친구의 아버지나 어머니께서 돌아가시면 빈소에서 밤을 같이 새요.
   han cuc kê xơ chin nan chin cu ưi, a bo chi na ơ mo ni kê xơ, tô ra ca xi mi-ơn bin xô ê xơ bam mưl ca chi xê iô.
   Ở Hàn quốc, bố mẹ của bạn thân mất thì cũng phải thức để lo việc tang lễ.
   어 한 꾸억 뽀 매 꾸아 빠안 터언 머얼 티 파이 꾸웅 트윽 떼 러 비엑 따앙 레.

● Vợ(아내) : 아, 그렇구나. 저 몰랐어요. 정말 좋은 관습이에요.
   ah, cư rot cu na. Cho môl lát xơ iô. Chong mal chô hưn quan xứp lê iô.
   Ah thì rạ là vậy. Em không biết. Đúng là một phong tục hay.
   아, 티 라 라 버이. 앰 코옹 삐엩. 뚜웅 라 몯 퍼엉 뚜윽 하이.

● Chồng(남편) : 될 수 있으면 다른 데서 자지 않을게요.
   toel xu it xư mi-ơn ta rưn tê xơ cha chi an nưl kê iô
   Anh sẽ cố gắng không ngủ ở nơi khác.
   아잉 쌔 꼬 가앙 코옹 응우 어 너이 카악

● Vợ(아내) : 혼자 자면 무서워요.
   hôn cha cha mi-ơn mu sơ ua iô
   Ngủ một mình em sợ lắm.
   응우 몯 미잉 앰 써 라암

● Chồng(남편) : 알았어요. 앞으로 혼자 자게 하지 않으니까 많이 삐지지 마세요.
   a rát xơ iô. ap phư rô hôn cha cha kê ha chi an nư ni ca, ma

ni pi chi chi ma xê iô

Anh biết rồi mà. Về sau này, anh sẽ không để em ngủ một mình nên em đừng giận nhiều nhé.
아잉 삐엗 로이 마. 베 싸우 나이, 아잉 쌔 코옹 때 앰 응우 몯 미잉, 네엔 앰 뜨응 자언 니에우 니애

● Vợ(아내) : 우리 서로 이해하는 마음으로 살기로 했잖아요.
U ri xo rô I he ha nưn ma ưm ư rô sal ki rô hét chan nai iô
Chúng mình đã hứa với nhau sẽ thông cảm và hiểu cho nhau mà.
주웅 미잉 따 흐아 버이 느아우, 쌔 토옹 깜 바 히에우 저 느아우 로이 마

● Chồng(남편) : 우리 숨김없이 모든 걸 다 털어 놓고 말하자.
U ri xum kim ớp si, mô tưn col tha tho ro nôt khô, mal ha cha
Mình không giấu nhau điều gì, có gì thì nói ra em nhé.
미잉 코옹 저우 느아우 띠에우 지, 꺼 지 티 너이 라, 앰 느애

● Vợ(아내) : 네, 툭하면 화나지 않기로 약속하자.
Nê, thúc ha mi on hoa na chi an ki rô I-ac xốc ha cha
Vâng, hãy hứa với nhau không được động tí là nóng giận.
버엉, 하이 흐어 버이 느아우 코옹 뜨억 또옹 띠 라 저언

● Chồng(남편) : 말이 아직 안 통하니까 싸우는 거 대신에 통역관에게 먼저 전화하자.
mal ri a chich an thông ha ni ca, sa u nưn co te xin nê, thông I-ooc quan ê kê mon cho chơn hoa ha cha
Vì tiếng vẫn chưa thông nhau nên thay vì việc cãi nhau mình gọi điện cho thông dịch viên em nhé.

비이 띠엥 버언 즈어 토옹 느아우, 네엔 타이 비이 비엑 까이 느아우,
미잉 거이 띠엔 저 토옹 지익 비엔, 앰 느애

● Vợ(아내) : 네, 알겠어요. 늦었으니까 자요.
  nê, al kết xơ iô. nư chot xư ni ca cha iô
  Vâng, em biết rồi. Muộn rồi ngủ thôi anh.
  버엉, 앰 삐엘 로이. 무언 로이 응우 토이 아잉

Phần 4

Phụ lục

제4부 : 부 록

I. 한국 생활중 신부의 유의 할 점
Những điểm lưu ý đối với cô dâu khi sống ở Hàn Quốc

1. 한국 생활을 빠른 시일에 적응할 수 있도록 최선의 노력을 다한다.

Cô dâu cần cố gắng hết sức để nhanh chóng thích ứng với cuộc sống ở Hàn Quốc

- 한국어를 빨리 배운다.
  Chăm chi học tiếng Hàn Quốc.
- 한국식 인사 예절을 배운다.
  Học cách chào hỏi theo kiểu Hàn Quốc.
- 가족관계 및 이름, 나이, 생일, 좋아하는 음식등을 확인한다.
  Nắm được tên, mối quan hệ giữa mọi người trong gia đình và nắm được món ăn ưa thích, tuổi ngày sinh của mọi người trong gia đình.
- 식사예절 및 음식 조리방법 등을 학습한다.
  Học cách nấu món ăn và phép tắc lịch sự trong bữa ăn.
- 집에 있는 전자제품 등의 사용방법 등을 익힌다.
  Học cách sử dụng vật dụng trong nhà, nhất là đồ điện tử.
- 생필품 쇼핑 방법 및 쇼핑센타 위치 등을 익힌다.
  Làm quen, nắm được các trung tâm mua bán, cửa hàng bán các sinh hoạt phẩm
- 한국돈의 개념 및 싸고 비싼 물건에 대한 가격의 판단력을 키운다.
  Làm quen với tiền Hàn Quốc, biết phân biệt giá cả đắt hay rẻ khi mua hàng hóa
- 물건은 품질이 좋으면서 값이 싼 물건이 좋다.
  Biết cách chọn sản phẩm vừa tốt, vừa rẻ

2. 한국에 와서 얼마되지 않아 친정집에 도와달라 하거나 직업을 갖는다고 하면 안된다.

Không nên có tư tưởng xin về Việt Nam, xin được đi làm khi mới chỉ đến Hàn Quốc một thời gian ngắn.

- 한국에 오면 우선적으로 한국생활에 적응하기 위해 최선을 다해야 한다.

  Khi đến Hàn Quốc, điều đầu tiên cần làm là tìm cách nhanh chóng thích ứng với cuộc sống mới.

- 본인이 한국생활에 잘 적응하고 가정에 최선을 다하면 당신의 배우자도 처갓집이 어려우면 도우려 하기 때문에 너무 걱정하지 안 해도 된다.

  Các ông chồng Hàn Quốc rất sẵn lòng giúp đỡ gia đình vợ khi họ nhận thấy vợ mình hết lòng vì gia đình, nỗ lực cố gắng để thích hợp với gia đình chồng, với cuộc sống Hàn Quốc

- 한국에서 자녀를 가지고 자녀양육이 끝나서 본인이 원하고 남편이 허락한다면 직업을 가질 수 있고 그때 본인의 일부수입으로 친정집을 도울 수가 있으니 급하게 행동해서는 안된다.

  Đến một lúc nào đó, khi các cô dâu thích ứng với cuộc sống nơi đây, sinh con, nuôi dạy con, gia đình đi vào nề nếp, bản thân cô dâu mong muốn và nếu được chồng chấp thuận, các cô dâu có thể đi làm. Tiền kiếm được cô dâu có thể gửi về giúp đỡ cha mẹ mình.

- 한국에 오자마자 친정집을 도와 달라 하거나 직업을 갖는다고 하면 당신의 배우자는 당신을 돈 때문에 결혼한 여성으로 오해하여 가정 불화가 될 수 있음을 명심할 것.

  Chồng bạn rất có thể hiểu nhầm bạn sang đây vì tiền nếu như bạn vừa sang Hàn Quốc đã có nguyện vọng muốn gửi tiền về cho gia đình hoặc muốn được đi làm, gây nên bất hòa trong gia đình.

3. 한국에서 무단가출을 해서는 절대로 안됩니다.

Tuyệt đối không đi ra khỏi nhà khi chưa xin phép.

- 본인이 임의로 무단 가출을 하면 한국에서는 위장결혼으로 판단하여 형사 고발되며 형사 처벌을 받게 됩니다.
Trường hợp bỏ nhà đi, bạn sẽ bị xử lý theo pháp luật với tội danh "kết hôn giả để được sang Hàn Quốc".

- 만약 무단가출로 검거되어 형사처벌을 받으면 한국에는 도와줄 사람이 없음을 명심하여야 합니다.
Ở Hàn Quốc sẽ không ai giúp bạn khi bạn tự ý bỏ nhà ra đi và bị bắt.

- 참고로 한국은 베트남과 달리 경찰청 범인 검거 시스템이 잘되어 있어 무단가출 자는 쉽게 검거될 수 있음을 명심할 것.
Luật pháp Hàn Quốc rất chặt chẽ, cảnh sát dễ dàng phát hiện ra người bỏ trốn.

- 무단가출하여 취직을 하려고 해도 한국에서는 불법이기 때문에 사업주가 처벌이 두려워 직원으로 채용하지 않음을 명심할 것.
Theo luật pháp Hàn Quốc người chủ thuê người lao động bất hợp pháp bị phạt rất nặng nên các công xưởng nhà máy không muốn nhận đối tượng này.

- 만일 무단가출하여 취직 중 적발이 되면 본인 및 사업주가 모두 형사처벌을 받으며 이때는 베트남 대사관에서도 본인에게 도움을 줄 수 없음을 명심하여야 한다.
Nếu bạn bỏ nhà ra ngoài để làm việc và bị bắt thì cả bạn và người chủ thuê bạn đều chịu hình phạt của pháp luật và bản thân không nhận được bất kì sự hỗ trợ nào từ Đại sứ quán Việt Nam

4. 한국에서 결혼하면 바로 자녀를 가져야 한다.

Sinh con.

- 한국에서는 결혼을 한 여성은 바로 자녀를 가지고 자녀양육에 최선을 다해야 한다.

    Theo truyền thống phụ nữ Hàn Quốc, việc quan trọng đầu tiên sau khi lập gia đình là sinh con và nuôi dạy con cái, do đó bạn cần theo phong tục này.

- 한국 여성도 결혼을 하면 자녀양육을 위해 다니던 직장을 대부분 그만 둔다.

    Nhiều phụ nữ Hàn Quốc khi sinh con cũng phải bỏ công việc của mình

5. 부부간의 성격차이를 인정하고 개선의 노력을 해야 한다.

Việc thông cảm và hiểu cho nhau là điều rất cần cho cuộc sống vợ chồng vì ai cũng có những cá tính riêng.

- 부부간의 성격은 다를 수 있다는 사실을 인정해야 한다.

    Phải ghi nhận những khác biệt về tính cách

- 성격은 쉽게 개선되지 않으므로 인내심을 가지고 서로를 존중하면서 꾸준히 개선의 노력을 해야 한다.

    Luôn luôn có ý thức xây dựng tích cực mối quan hệ trong gia đình, kiên nhẫn và tôn trọng lẫn nhau

- 성격차이로 가정의 불화가 되지 않도록 서로 주의해야 한다.

    Hai người phải thực sự thông cảm cho nhau, cố gắng hết sức để hạn chế những bất hòa.

6. 한국 배우자의 현재 경제력 및 생활수준을 존중해야 한다.

Phải tôn trọng chồng và biết khả năng kinh tế của anh ấy.

- 배우자의 현재 경제력 및 생활수준을 인정하여 앞으로 행복하고 더

부유한 생활이 될 수 있도록 서로가 노력해야 한다.
Nếu ngay từ đầu hai vợ chồng tôn trọng nhau và biết được tình trạng kinh tế của gia đình thì cuộc sống của hai người chắc chắn sẽ hạnh phúc, đầy đủ.

7. 배우자의 경제력과 생활수준 및 성격 등을 다른 배우자와 비교하는 말이나 행동은 절대 해서는 안된다.

Tuyệt đối không nên so sánh kinh tế, trình độ của chồng (vợ) mình với chồng (vợ) người khác.

- 한국 남성은 자존심이 강한 편이다.
 Bạn nên biết đàn ông Hàn Quốc có lòng tự trọng rất cao.

- 자신의 배우자가 자신을 다른 배우자와 비교하여 격하 시키는 말이나 행동을 하면 가정불화의 원인이 될 수 있음을 명심해야 한다.
 Sẽ dễ nảy sinh sự bất hòa trong gia đình nếu như bạn có biểu hiện thể hiện sự so sánh.

8. 한국에서 결혼한 여성이 술과 담배를 피우면 절대로 안된다.

Tuyệt đối không được hút thuốc lá, nhất là phụ nữ đã có chồng.

- 한국에서 여성이 술과 담배를 피우는 것은 매우 부정적인 시각으로 바라봅니다.
 Phụ nữ sẽ bị nhận cái nhìn không mấy thiện cảm nếu như uống rượu hay hút thuốc.

- 결혼하면 자녀를 가져야 하기에 자녀에게도 건강상 문제가 됩니다.
 Ngoài ra việc này còn ảnh hưởng đến con cái của bạn sau này và ảnh hưởng đến chính sức khỏe của bạn.

- 여성이 술과 담배를 피우면 부부간에 불화가 될 수 있습니다.
  Phụ nữ hút thuốc, uống rượu sẽ là nguyên nhân gây bất hòa trong cuộc sống gia ình.

9. 한국 남편은 이런 여성을 좋아 한다 !

Đàn ông Hàn Quốc thích những người phụ nữ có đặc điểm sau

- 남편을 진심으로 인정하고 남편의 의견을 잘 따르는 여성
  Tôn trọng chồng và làm theo ý kiến của chồng.
- 다정한 말 한마디에 애교 있게 행동하는 여성
  Nói năng, đi đứng nhẹ nhàng.
- 부모 및 자녀를 잘 부양하는 여성
  Biết chăm lo phụng dưỡng cha mẹ, nuôi dạy con cái
- 검소한 여성
  Ăn mặc giản dị
- 한국생활에 잘 적응해가고 있는 여성
  Thích ứng nhanh với cuộc sống ở Hàn

10. 상기의 사항들을 학습할 때 노트에 메모하는 습관이 필요하다.

Bạn cần ghi lại và học thuộc những điều trên.

- 상기의 학습사항을 노트에 메모하는 습관을 가지면 빠른 한국 생활 적응에 도움이 됩니다.
  학습노트를 배우자나 가족이 혹시 보게 되면 열심히 노력하고 있는 당신에 대해 감사하게 생각 합니다.
  Nếu bạn thực hiện được nó thì bạn sẽ nhanh chóng thích ứng với cuộc sống mới. Và nó còn giúp bạn nhận được cái nhìn thiện cảm từ phía gia đình chồng.

상호간의 호칭-
Cách xưng hô

1. 자기에 대한 호칭- Cách xưng hô của bản thân.

① 저 · 제 : 윗어른이나 여러 사람에게 말할 때.
   chơ, chê : khi nói với người trên

② 나 : 같은 또래나 아랫사람에게 말할 때.
   na : Khi nói với người bằng tuổi hoặc ít tuổi hơn mình

③ 우리 · 저희 : 자기 쪽을 남에게 말할 때.
   U-ri, chơ hi : Chúng tôi, chúng cháu

2. 부모에 대한 호칭 -Cách xưng hô với bố mẹ

① 아버지 · 어머니 : 자기의 부모를 직접 부르고 지칭하거나 남에게 말할 때.
   a-bơ-chi, ơ-mơ-ni : Dùng khi gọi bố mẹ đẻ hoặc khi nói với người khác về bố mẹ mình

② 아버님 · 어머님 : 남편의 부모를 직접 부르고 지칭하거나 남에게 말할 때 또는 남에게 그 부모를 말할 때.
   a-bơ-nim. ơ-mơ-nim : Dùng khi gọi bố mẹ chồng hoặc khi nói với người khác về bố mẹ chồng

③ 애비 · 에미, 아범 · 어멈 : 부모의 어른에게 자기의 부모를 말할 때, 부모가 자녀에게 자기를 지칭할 때, 또는 할아버지나 할머니가 손자 · 손녀에게 그 부모를 말할 때.
   e-bi, ê mi, a bơm, ơ mơm : Khi gọi bố mẹ mình với người quen của

bố mẹ, khi bố mẹ nói chuyện với con cái , khi ông bà gọi bố mẹ qua các cháu.

④ 아빠·엄마 : 말 배우는 아이가 자기의 부모를 부르거나 말할 때.
　a pa, ơm ma : trẻ con gọi bố mẹ

⑤ 가친(家親)·자친(慈親) : 자기의 부모를 남에게 말할 때의 한문식 지칭.
ca trin, cha trin : Cách gọi bố mẹ theo tiếng Hán

⑥ 춘부장(椿府丈)·자당님(慈堂) : 남에게 그의 부모를 한문식으로 말할 때.
trun bu chang, cha tang nim : Cách gọi bố mẹ của người khác theo tiếng Hán

⑦ 부친·모친(父親·母親) : 남에게 다른 사람의 부모를 말할 때.
bu trin, mo trin : Cách gọi bố mẹ của người khác với người khác nữa

⑧ 현고(顯考)·현비(顯妣) : 축문이나 지방에 돌아가신 부모를 쓸 때.
hi-ơn cô, hi-ơn bi : Cách ghi tên bố mẹ vào bản cầu nguyện trong ngày giỗ bố mẹ

⑨ 선친(先親)·선비(先妣) : 남에게 자기의 돌아가신 부모를 말할 때.
xơn trin, xơn bi : Gọi bố mẹ đã qua đời của mình với người khác

⑩ 선고장(先考丈)·대부인(大夫人) : 남에게 그 돌아가신 부모를 말할 때.
sơn cô chang, te bu in : Gọi bố mẹ đã qua đời của người khác

3. 형제자매간의 호칭 - Cách xưng hô giữa anh chị em

① 언니 : 여동생이 여자형을 부를 때.

ơn ni : Em gái gọi chị gái

② 형님 : 기혼의 남동생이 형을 부를 때.
   hi-oong nim : Em trai đã lấy vợ gọi vợ anh trai (tôn kính)

③ 형 : 집안의 어른에게 형을 말할 때.
   hi-oong : Em trai gọi anh trai khi nói chuyện với người lớn

④ 백씨(伯氏)·중씨(仲氏)·사형(舍兄) : 자기의 형을 남에게 말할 때.
   pec si, chung si, xa hi-oong : gọi anh trai khi nói chuyện với người khác

⑤ 애·이름·너 : 미혼이나 10년 이상 연하(年下)인 동생을 부를 때.
   e, gọi tên, nơ : Khi gọi người chưa có gia đình và kém mình trên 10 tuổi

⑥ 동생·자네·이름 : 기혼이나 10년 이내 연하인 동생을 부를 때.
   tông xeng, cha nê, gọi tên : Gọi người đã lập gia đình kém mình dưới 10 tuổi

⑦ 아우 : 동생의 배우자나 남에게 자기의 동생을 말할 때.
   a u : Gọi em của mình với người khác hoặc với chồng hoặc vợ mình

⑧ 아우님 제씨 : 남에게 그 동생을 말할 때.
   a u nim chê si : Gọi em mình với người khác

⑨ 에미 : 집안의 어른에게 자녀를 둔 여동생을 말할 때.
   e mi : Gọi em gái đã có con với người lớn trong gia đình

⑩ 오빠 : 미혼 여동생이 남자형을 부를 때.

ô pa : Em gái chưa chồng gọi anh trai

⑪ 오라버님 : 기혼 여동생이 남자형을 부를 때.
　　ô ra bơ nim : Em gái đã lấy chồng gọi anh trai

⑫ 오라비 : 여동생이 집안 어른에게 남자형을 말할 때.
　　ô ra bi : Em gái gọi anh trai với người lớn trong gia đình

⑬ 누나 : 미혼 남동생이 손위 누이를 부를 때.
　　nu na : Em trai chưa lấy vợ gọi chị

⑭ 동생·자네·○○아버지 : 손위 누이가 기혼인 남동생을 부를 때.
　　tông xeng, cha nê, … a bơ chi : Chị gái gọi em trai đã có gia đình

4. 형제자매의 배우자 호칭 - Cách xưng hô với vợ chồng của anh chị em

① 아주머니·형수님 : 시남동생이 형의 아내를 부를 때.
　　a chu mơ ni, hi-oong su nim : Em trai chồng gọi chị dâu

② 아주미·아지미·형수 : 집안 어른에게 형수를 말할 때.
　　a chu mi, a chi mi, hi-oong su : Em trai chồng gọi chị dâu với người lớn trong gia đình

③ 형수씨 : 남에게 자기의 형수를 말할 때.
　　hi-oong su si : Em trai chồng gọi chị dâu với người khác

④ 제수씨 : 동생의 아내를 직접 부를 때.
　　che su si : Cách gọi vợ của em

⑤ 제수 : 집안 어른에게 동생의 아내를 말할 때.
che su : gọi vợ của em với người lớn

⑥ 언니 : 시누이가 오라비의 아내를 부를 때.
ơn ni : Em gái gọi vợ của anh trai

⑦ 올케·새댁·자네 : 시누이가 남동생의 아내를 부를 때.
ôl khê, xe tec, cha nê : Chị gái gọi vợ của em trai

⑧ 댁 : 집안 어른에게 남동생의 아내를 말할 때.
tec : Cách gọi vợ của em trai với người lớn trong gia đình

⑨ 매부(妹夫), 매형 : 누님의 남편을 부를 때와 자매의 남편을 남에게 말할 때.
me bu, me hi-oong : Em trai trực tiếp gọi chồng chị gái khi nói với người khác

⑩ 자형(姊兄) : 오빠가 여동생의 남편을 부를 때
cha hi-oong : Anh trai gọi chồng em gái

⑪ 서방·자네 : 언니나 오빠가 여동생의 남편을 부를 때.
xơ bang, cha nê : chị gái anh trai gọi chồng em gái

⑫ 매제(妹弟) : 누이 동생의 남편을 남에게 말할 때.
me chê : chị gái gọi chồng em gái với người khác

⑬ 형부(兄夫) : 여동생이 언니의 남편을 부를 때.
hi-oong bu : Em gọi chồng của chị

5. 기타 친척간의 호칭 - Cách xưng hô trong quan hệ họ hàng

① 할아버지 · 할머니 : 조부모를 직접 부르거나 남에게 말할 때.
ha ra bo chi, hal mo ni : Cách gọi ông bà trực tiếp và khi nói với người khác

② 할아버님 · 할머님 : 남에게 그 조부모를 말할 때와 남편의 조부모를 부를 때.
ha ra bo nim, hal mo nim : Gọi ông bà khi nói với người khác hoặc gọi ông bà của chồng

③ 대부(大父) · 대모(大母) : 자기의 직계 존속과 8촌이 넘는 할아버지와 할머니를 부를 때.
te bu, te mô : Cách gọi ông bà họ hàng cách 8 đời

④ 큰아버지 · 큰어머니, 몇째 아버지 · 몇째 어머니, 작은아버지 · 작은어머니 : 아버지의 형제와 그 배우자를 부르거나 말할 때. 이때 맏이는 큰, 막내는 작은, 기타 중간은 몇째를 붙인다. 이것은 형제 자매나 차례가 있는 친족의 칭호에 공통으로 쓰인다.
khưn a bơ chi, khưn ơ mơ ni : Gọi bác trai và vợ bác rai cả
tul tre a bo chi, tul tre ơ mơ ni : gọi bác trai và bác dâu thứ hai
chac cưn a bơ chi, chac cưn ơ mơ ni : gọi bác trai thứ và vợ bác trai thứ

⑤ 아저씨 · 아주머니 : 아버지와 4촌 이상인 아버지 세대의 어른과 그 배우자를 부를 때.
a chơ si, a chu mơ ni : Gọi bác, chú, cô trong họ hàng

⑥ 고모 · 고모부 : 아버지의 자매와 그 배우자를 부를 때.
cô mô : gọi chị gái (em gái) của bố
cô mô bu : gọi chồng chị gái của bố

⑦ 외숙·외숙모 : 어머니의 형제와 그 배우자를 부를 때.
　oe xuc : Gọi anh trai của mẹ
　oe xuc mô : vợ của anh trai mẹ

⑧ 이모·이모부 : 어머니의 자매와 그 배우자를 부를 때.
　I mô : gọi chị(em) của mẹ
　I mô bu : gọi chồng chị (em) của mẹ

6. 이웃간의 호칭- Cách gọi trong các mối quan hệ xã hội

① 어르신·어르신네 : 부모의 친구, 친구의 부모, 또는 부모같이 나이가 많은 남녀 어른(자기보다 16년 이상 연상자).
　ơ rư xin, o rư xin nê : Gọi người lớn tuổi xấp xỉ tuổi bố mẹ mình

② 선생님 : 자기가 존경하는 웃어른이나 직업이 선생님인 남녀 어른.
　xơn xeng nim : Gọi thầy cô giáo hoặc những người mà mình tôn trọng

③ 형님·형 : 자기와 6년 내지 10년 사이에 드는 연상·연하자와의 상호 칭호.
　hi-oong nim, hi-oong : Cách xưng hô giữa nam giới với nhau, con trai gọi anh lớn hơn tuổi mình

④ 선배님·선배 : 학교 선배나 같은 일을 하는 연장자.
　xơn be nim, xơn be : Gọi những người học khóa trên hoặc những người có kinh nghiệm hơn mình trong công việc

⑤ 이름·자네 : 상하10년 이내의 연령차로서 친숙한 사이.
　Gọi tên, cha nê : gọi người có quan hệ thân kém tuổi mình

⑥ ○○님 : 상대가 위치한 직책명에 '님'을 붙인다.
Địa vị + nim : tên chức danh của người đối thoại rồi kết hợp với từ "nim"

⑦ ○○어버님 : 친구나 잘 아는 사람과의 관계로 부르기도 한다.
Tên + ơ bơ nim : cách gọi bạn mình hoặc người quen theo cách tên con + ơ bơ nim

⑧ 너·이름·애 : 미성년자나 아이들 또는 어린 사람들이 친구끼리 말할 때.
nơ, (gọi tên), I-e : bạn bè gọi nhau hoặc gọi người kém tuổi mình

⑨ 잘 모르는 사람에 대한 칭호 – Các cách xưng hô thường dùng đối với người không quen

  ☞ **노인어른·노인장** : 60세 이상의 남녀 노인.
  nô in ơ rưn, nô in chang : Gọi người già trên 60 tuổi

  ☞ **어르신·어르신네** : 자기의 부모같이 나이가 많은 남녀 어른.
  ô rư xin, ô rư xin nê : Gọi người lớn hơn tuổi bố mẹ mình

  ☞ **선생님** : 자기가 존경할 만큼 점잖거나 나이가 많은 남녀.
  xơn xeng nim : Gọi thầy giáo, cô giáo hoặc những người mà mình tôn trọng

  ☞ **형씨** : 자기와 동년배인 남자끼리.
  hi-oong si : Cách gọi giữa nam giới đồng niên với nhau

  ☞ **댁** : 형씨라 부를 동성간이나 이성간.
  téc : cách gọi giữa hai người cùng giới hoặc khác giới

  ☞ **학생** : 학생 신분인 남녀.
  hac xeng : học sinh

개인의 예절-
Phép lịch sự cá nhân

1. 서 있을 때의 예절 - Lịch sự khi đứng

① 발은 편하게 약간 옆으로 벌리되 앞뒤로 엇갈리지 않도록 한다.
Không nên đứng dạng sang hai bên hoặc vắt chéo chân trước chân sau.

② 무릎과 엉덩이, 허리를 자연스럽고 곧게 편다.
Đứng tự nhiên , cân đối eo, hông và đầu gối.

③ 체중을 두 다리에 고르게 실어 몸이 한쪽으로 기울지 않도록 한다.
Không đứng nghiêng sang một bên mà phải dồn trọng lượng cơ thể đều lên hai chân

④ 두 손은 앞으로 모아 잡는다.
Nắm hai tay đưa về phía trước,

⑤ 가슴을 자연스럽게 편다.
Ưỡn ngực một cách tự nhiên

⑥ 두 어깨는 수평이 되도록 반듯하게 해서 앞으로 굽혀지거나 뒤로 젖혀지지 않도록 한다.
Hai bên vai cân bằng nhau, không cúi người quá về phía trước hoặc ngả người quá về phía sau,

⑦ 고개는 반듯하게 들고 턱을 자연스럽게 앞으로 당긴다.

Giữ cổ thẳng, cằm hơi đẩy về phía trước một cách tự nhiên.

⑧ 눈은 곱게 뜨고 시선은 자신의 정면 위쪽에 둔다.
Mắt mở to nhìn hướng chính diện.

⑨ 입은 자연스럽게 다문다.
Môi mím một cách tự nhiên.

2. 앉아 있을 때의 예절 - Lịch sự khi ngồi

① 어른의 정면에 앉지 않고 되도록이면 남자는 어른의 왼쪽 앞, 여자는 어른의 오른쪽 앞에 앉는다.
Không được ngồi chính diện với người lớn, con trai ngồi chếch bên trái, con gái ngồi chếch bên phải.

② 어른께서 먼저 앉으라고 한 뒤에 앉는다.
Phải mời người lớn ngồi xuống trước rồi mình mới được ngồi

③ 먼저 왼쪽 무릎을 꿇고 다음에 오른쪽 무릎을 꿇어앉는다.
Khi ngồi, đầu gối trái khuyu xuống trước sau đó khuyu đầu gối phải và ngồi xuống (ngồi kiểu Nhật Bản)

④ 두 손을 가지런히 펴서 두 무릎 위에 얹거나, 모아 잡은 손을 남자는 중앙에, 여자는 오른쪽 다리 위에 놓으면 보기 좋다.
Hai tay mở đều, đặt lên đầu gối, con trai đặt tay lên giữa hai đầu gối khép, con gái đặt tay lên chân phải.

⑤ 입고 있는 옷이 앉은 주위에 함부로 펼쳐지지 않도록 다독거려 갈무리한다.
Không được trải áo đang ra mặc xung quanh.

⑥ 허리를 펴서 앉은 자세를 바르게 한다. 시선은 15도 각도로 아래를 본다.
Ngồi thẳng lưng, nhìn xuống đất một góc 15 độ.

⑦ 방석에 앉을 때에는 방석을 발로 밟지 않도록 주의한다.
Khi ngồi trên đệm ngồi, chú ý không được giẫm lên đệm ngồi.

⑧ 왼쪽 무릎을 꿇기 전에 두 손으로 방석을 당겨 무릎 밑에 반듯하게 넣으면서 방석 위에 무릎을 꿇는다.
Trước khi gập đầu gối trái, dùng hai tay kéo đệm ngồi đặt ngay ngắn xuống đất sau đó khuỵu gối và ngồi xuống.

⑨ 방석의 중앙에 앉되 발끝이 방석의 뒤편 끝에 걸쳐지게 앉는다.
Ngồi vào giữa đệm ngồi, hai chân hướng về phía sau và mu chân chạm đệm ngồi.

⑩ 일어설 때에는 무릎을 들면서 두 손으로 방석을 원래 자리에 밀어 놓는다.
Khi đứng dậy, nhắc đầu gối rồi dùng hai tay đặt đệm vào vị trí cũ

⑪ 어른이 편히 앉으라고 하면 편히 앉는다. 이때 벽이나 가구에 기대거나 손으로 바닥을 짚고 비스듬히 앉지 않도록 주의하며, 다리를 뻗고 앉지 않는다.
Khi người lớn bảo ngồi thoải mái thì ngồi thoải mái. Nhưng cần chú ý không được dựa vào tường hay đồ vật và cũng không được chống tay xuống đất, không được duỗi chân thoải mái.

⑫ 의자에 앉을 때에는 의자의 옆에서 바른 자세로 정면을 향해 선 다음 의자 쪽으로 몸을 약간 돌리면서 의자 쪽의 손으로 의자의 등받이를 잡아 의자가 흔들리지 않게 한다.
Trong trường hợp ngồi ghế , đứng thẳng bên cạnh ghế, hơi nghiêng người, tay cầm vào thành ghế, đẩy ra rồi mới ngồi xuống nhẹ nhàng.

⑬ 앉을 때에는 의자가 밀려 흔들리지 않도록 두 손으로 의자의 양 옆이나 팔걸이를 잡고 가만히 앉는다.
Khi ngồi, chú ý không kéo đi, kéo lại ghế, để tay lên thành ghế, ngồi ngay ngắn với loại ghế có tay cầm.

⑭ 두 무릎과 발끝을 붙이고 앉아 두 손은 포개 잡고 다리 위에 얹으며, 등은 뒤에 깊이 기대지 말고 곧게 세워 앉는다.
Ngồi khép hai chân và đầu gối, hai bàn tay chống vào nhau, đặt lên đùi và không được dựa sâu quá vào lưng ghế.

3. 걸을 때의 예절 - Lịch sự trong cách đi đứng

① 양발 뒷금치를 살짝 들고 걷는다.
Khi đi nhắc gót đi nhẹ nhàng

② 옷자락이 펄럭이지 않게 잘 여미며 걷는다.
Khi đi nhẹ nhàng, không để áo bay phấp phới

③ 너무 느리게 걸어 주위 사람들의 보행에 방해를 주어서도 안 된다.
Không nên đi chậm quá, ảnh hưởng đến người xung quanh.

④ 실내에서 걸을 때에는 보폭을 실외에서보다 좁게 한다.
Khi đi trong nhà, khoảng cách mỗi bước chân hẹp hơn so với khi đi bên ngoài.

⑤ 여자가 한복을 입었을 때에는 발끝으로 치맛자락을 사뿐히 차듯이 밀며 걷는다.
Khi mặc Han Bốc, tay cầm váy, ngón chân đá vào chân váy.

⑥ 계단을 오르내릴 때에는 옷자락을 들고 잘 여며서 밟히지 않도록 한다.

Khi lên xuống cầu thang, tay nâng váy, chú ý không giẫm vào chân váy.

⑦ 남의 앞을 가로 지날 때에는 반드시 '실례합니다', '죄송합니다'라고 양해를 구한 뒤, 남의 몸에 부딪 치거나 옷이 스치지 않게 주의 하면서 민첩하게 걷는다. 또한 상대에게 정면으로 뒷모습을 보이지 않게 한다.
Nói "sil liê ham ni ta: Xin lỗi", "choe xông ham ni ta" khi muốn đi trước, đi ngang qua người khác, chú ý không chạm vào người khác và không quay lưng chính diện vào người đi sau.

4. 출입할 때의 예절 - Lịch sự khi ra vào cửa

① 출입할 때에는 노크를 하거나 인기척을 내어 안에 있는 사람이 알도록 한다.
Gõ cửa trước khi vào. hoặc đánh tiếng để báo trước cho người bên trong biết.

② 문을 열고 닫을 때에는 두 손으로 한다.
Dùng hai tay khi mở và đóng cửa.

③ 안으로 들어가거나 나올 때에는 문턱(문지방)을 밟지 않는다.
Khi ra vào chú ý không dẫm lên thềm cửa.

④ 방안의 사람에게 될 수 있는 대로 뒷모습을 보이지 않는다.
Chú ý không quay lưng trực tiếp vào người bên trong phòng.

⑤ 문은 가능한 한 소리나지 않게 여닫으며, 걷는 발소리도 나지 않게 한다.
Khi ra vào chú ý đóng mở cửa và đi nhẹ nhàng.

⑥ 문을 필요 이상으로 넓게 열지 말고, 문을 열어 놓은 채 다른 일을 하지 않는다.
Không mở rộng cửa quá, trong khi mở cửa chú ý không làm việc khác

⑦ 여닫이문을 살짝 밀어서 열고 닫는다
Nhẹ nhàng đóng mở đối với loại cửa kéo

⑧ 미닫이문을 여닫을 때에는 두 손으로 잡아당겨 열고 닫는다.
Dùng hai tay để đóng mở đối với loại cửa đóng vào, đẩy ra (thường là cửa sổ)

5. 물건을 다룰 때의 예절 - Phép tắc khi sử dụng đồ vật

① 물건은 소리나지 않고 상하지 않게 조심스레 다룬다.
Chú ý không gây tiếng ồn, dùng cẩn thận không làm hư hại đồ vật

② 물건의 아래와 위, 속과 겉이 바뀌지 않게 다룬다.
Không tráo lộn vị trí đồ vật trước sau, trong ngoài

③ 물건은 두 손으로 다루는 것을 원칙으로 한다.
Thực hiện đúng nguyên tắc dùng hai tay sử dụng điều khiển đồ vật

④ 물건을 바닥에 놓을 때에나 바닥에서 들 때에는 앉아서 놓거나 든다.
Ngồi xuống khi đặt đồ vật xuống đất hoặc khi nhắc đồ vật lên

⑤ 칼이나 송곳 등 위험한 물건을 남에게 줄 때에는 상대편이 손잡이를 잡기 편하도록 집어준다. 신문이나 책 등을 건네 줄 때에는 상대편에서 바르게 보이도록 한다.
Khi đưa dao, mũi khoan...những đồ vật nguy hiểm cho người khác

thì chú ý đưa phần chuôi, tránh gây nguy hiểm với người đó. Dùng hai tay đưa sách báo, đồ vật cho người khác

⑥ 앉은 사람에게는 앉아서 주고, 선 사람에게는 서서 준다.
Nếu người đối diện ngồi thì chúng ta cần ngồi xuống để đưa đồ vật và ngược lại

⑦ 앉아서 주는 물건은 앉아서 받고, 서서 주는 물건은 서서 받는다.
Ngồi xuống nhận đồ vật nếu người đưa đồ vật ngồi và ngược lại

⑧ 남에게서 물건을 받을 때에는 두 손으로 공손히 받아서 조심스레 놓아 둔다.
Dùng hai tay để nhận và đưa đồ vật.

⑨ 대접할 음식을 담은 그릇은 음식이나 그릇의 안쪽에 손이 닿지 않게 하며, 상이나 쟁반으로 받친다.
Đặt đồ ăn và đồ uống vào khay khi mời người khác.

⑩ 바늘이나 핀같이 작은 물건은 큰 종이나 천에 찔러서 보관하며, 작거나 흐트러지기 쉬운 물건은 그릇에 담아서 보관한다.
Đối với những đồ vật nhỏ như kim, kim băng hay những vật nhỏ dễ bay nên để vào hộp, vào cốc chén để bảo quản.

6. 대화할 때의 예절 - Lịch sự trong giao tiếp

① 대화 장소의 환경과 상대의 성격·수준 등을 참작해 화제를 고른다.
Tìm hiểu trình độ, tính cách của người đối thoại và hoàn cảnh của cuộc giao tiếp để chọn chủ đề nói chuyện

② 사투리보다는 표준말을, 외래어나 전문용어보다는 쉬운 우리말을, 거

친 말보다는 고운 말을 쓴다.
Hạn chế dùng tiếng địa phương, thuật ngữ chuyên môn, nên dùng ngôn ngữ chuẩn, những lời nói đẹp và dễ hiểu trong giao tiếp.

③ 감정을 편안하게 하고 표정을 온화하게 해서 말한다.
Tạo bầu không khí thoải mái cho cuộc nói chuyện.

④ 너무 작거나 크게 말하지 말고, 조용하면서도 알아듣기 좋게 말한다.
Nói nhẹ nhàng, đủ nghe, không nên nói quá to hoặc quá nhỏ

⑤ 발음을 정확하게 하고 속도를 조절해서 상대편이 이해하기 좋게 말하며, 상대가 정확히 이해하고 있나를 살피면서 말한다.
Khi giao tiếp cần để ý đến biểu hiện của người đối thoại, chú ý xem họ đã hiểu hết ý hay chưa. Không nói nhanh quá, chậm quá, phát âm chuẩn nhằm tạo ra cuộc giao tiếp dễ hiểu hợp ý nhau.

⑥ 상대가 질문하면 자상하게 설명하고, 의견을 말하면 성의있게 듣는다.
Chú ý lắng nghe khi người đối thoại hỏi hay nói lên ý kiến của mình, đồng thời vui vẻ trả lời, giải thích khi họ đặt câu hỏi.

⑦ 다른 사람이 이야기하는 도중에 말을 막거나 끼어들지 않고 의문이 있으면 말이 끝난 뒤에 묻는다.
Không nói chen ngang , chỉ nói hoặc hỏi khi người đối thoại đã nói hết câu

⑧ 화제가 이어지도록 간결하게 요점을 말해 중언부언하지 않는다.
Nói ngắn gọn, đơn giản, không rườm rà và nói những điểm chính.

⑨ 평소의 대화는 자기 주장을 지나치게 고집해서 분위기가 상하는 일이 없도록 한다.
Việc bảo vệ ý kiến của bản thân có thể phá vỡ bầu không khí giao

tiếp, do đó cần chú ý đến điểm này.

⑩ 말은 귀로만 듣는 것이 아니라 표정 눈빛 몸으로도 듣는다는 자세를 갖고 상대가 알아차리도록 은근하면서도 확실한 반응을 보인다.
Cần thể hiện sự chú ý, đồng cảm của mình với câu chuyện của người đối thoại bằng cử chỉ, ánh mắt, thái độ, có thể hỏi lại khi chưa nghe rõ

⑪ 대화중에 자리를 뜰 때에는 양해를 구하고, 다른 사람에게 방해가 되지 않게 한다.
Xin phép người đối thoại khi muốn rời khỏi chỗ ngồi, chú ý không làm ảnh hưởng đến người khác.

⑫ 대화를 마치고 난 뒤에는 상대에게 감사를 표한다.
Nói "cam sa ham ni ta: cảm ơn" với người đối thoại sau khi kết thúc cuộc giao tiếp.

7. 전화할 때의 예절 - Phép tắc khi gọi và nhận điện thoại

1) 전화를 걸 때 - Khi gọi điện thoại

① 전화를 걸기에 앞서 상대의 전화번호를 확인하고, 용건을 미리 정리해 짧은 통화가 되게 한다. 만약 전화가 잘못 걸렸으면 정중하게 사과한다.
Trước khi gọi điện xem chính xác số điện thoại người cần gọi và nội dung gọi để thực hiện cuộc hội thoại ngắn gọn, đủ ý qua điện thoại. Nói xin lỗi khi gọi sai số điện thoại

② 상대가 전화를 받으면 정확하게 연결되었는지 상대를 확인하고, 자기를 소개한다.
Khi người đối thoại nhận máy, cần xác nhận chính xác người đối

thoại rồi giới thiệu bản thân mình.

③ 상대가 이쪽을 알아차리면 먼저 인사부터 하고 용건을 말한다.
Khi người nhận máy nhận ra mình, chúng ta nói lời chào trước rồi thực hiện cuộc giao tiếp (nói nội dung chính).

④ 혹 다른 사람이 받았으면 정중하게 바꿔 주기를 청하고, 상대가 없으면 받은 사람에게 전해 줄 수 있는가를 정중하게 묻고 용건을 말한다.
Khi người khác nhận máy, chúng ta lịch sự yêu cầu chuyển máy. Trong trường hợp người cần gặp không có mặt ở đó, lịch sự xin phép người nhận máy có thể nhắn tin được hay không rồi nhờ nhắn lại tới người cần gặp.

⑤ 용건이 끝나면 정중하게 인사하고, 전화를 끊겠다고 말한 다음에 끊는다. 어른이 받았을 경우에는 어른이 먼저 끊는 것을 확인한 후에 끊는다.
Lịch sự chào khi cuộc nói chuyện kết thúc. Nếu nói chuyện điện thoại với người lớn, thì phải cúp máy sau người đó.

2) 전화를 받을 때 - Khi nhận điện thoại.

① 신호가 울리면 수화기를 들고, 평온한 말투로 먼저 대답을 하고 자기를 소개한다.
Khi có điện thoại, nhắc máy và đáp lại bằng giọng nhẹ nhàng, lịch sự

② 전화를 건 사람이 확인되면 먼저 인사부터 한다.
Sau khi đã biết người gọi điện thoại là ai, chúng ta cần vui vẻ đáp lại bằng lời chào.

③ 다른 사람을 찾으면 친절하게 기다리라고 말하고 바꾼다.

Nếu người gọi muốn tìm gặp người khác, cần lịch sự nói người đó cầm máy và gọi người đến nhận máy.

④ 받을 사람이 없으면 그 사정을 설명하고, 대신 받아도 되겠느냐고 묻는다.
Nếu người nhận không có ở đó, cần giải thích tình huống đó cho người gọi và xin phép xem bản thân mình có thể nhận máy thay được hay không

⑤ 남에게 온 전화일 때에는 누가 언제 무슨 일로 전화했다는 통화내용을 기록해서 전해 준다.
Ghi lại thời gian, ai gọi đến, nội dung cuộc điện thoại rồi truyền đạt lại trong trường hợp người nhận không có mặt.

⑥ 통화가 끝나면 정중하게 인사하며, 가능하면 전화를 건 사람이 먼저 끊은 다음에 수화기를 내려놓는다.
Chào lịch sự khi dừng cuộc nói chuyện và nếu có thể thì đợi người gọi cúp máy trước.

⑦ 잘못 걸려온 전화라도 친절하게 응대한다.
Khi người gọi nhầm số, chúng ta nên thân thiện, lịch sự trả lời lại.

8. 편지할 때의 예절 : Phép tắc khi viết thư

① 편지를 쓸 때에는 직접 하는 대화 때보다 정중한 용어를 쓴다.
Khi viết thư thì dùng ngôn từ lịch sự hơn khi nói.

② 편지의 내용을 쓰는 순서는
Nội dung của bức thư cần theo những thứ tự sau :

㉠ 첫머리에 편지를 받을 사람을 쓴다('형님 받아보세요' 등)
Góc trên cùng của lá thư là viết tên người nhận (ví dụ : anh trai hãy nhận thư)

㉡ 계절을 말하고 상대와 주변의 안부를 묻는다.
Hỏi thăm về thời tiết, về tình hình của bạn mình và những người xung quanh.

㉢ 자기의 안부를 전한다.
Bản thân chuyển lời hỏi thăm

㉣ 용건을 말한다('아뢸 말씀은, 드리고자 하는 말씀은' 등)
Nói những điểm chính.

㉤ 상대편의 안녕을 빌며 끝맺음을 한다.
Gửi lời chào tạm biệt, kết thúc thư.

㉥ 날짜를 쓰고 자기 이름을 쓴다.
Viết ngày tháng và tên.

③ 편지 봉투는 체신부에서 정한 규격봉투를 쓰며, 상대편의 주소와 이름을 정확하고 깨끗하게 쓴다.
Ghi rõ ràng tên người nhận theo cách thức trên phong bì đã có sẵn.

④ 객지에 나가 있는 아들이 자기의 부모에게 편지를 쓸 때에는 봉투에 부모의 이름을 함부로 쓰지 않고, 자기의 이름을 쓰고 '본 집'이라고 쓰면 된다.
Nếu con trai gửi thư về cho bố mẹ thì không viết tên bố mẹ, mà viết tên mình rồi ghi là "bôn chip"

⑤ 상대편의 이름 밑에는 '귀하', '에게', '앞'등을 격에 맞게 골라 쓴다.
Viết tên người nhận thì nên ghi thêm một trong những chữ "kui ha, ê kê, áp"

⑥ 자기의 주소 · 성명도 분명하게 쓴다.

Viết rõ ràng tên địa chỉ.

9. 절할 때의 예절 - Phép tắc khi quỳ lạy

1) 공손한 자세를 취할 때의 손의 모양 - Cách để tay trong tư thế khiêm nhường, lịch sự

① 두 손을 앞으로 모아 잡고 다소곳하게 서든지 앉는다.
Nắm hai tay về phía trước, lịch sự nhẹ nhàng ngồi xuống

② 남자가 평상시 손을 모아 잡을 때에는 왼손이 위로 가게 두 손을 포개어 잡는다.
여자는 이와 반대로 오른손이 위로 가게 한다. 차례를 지낼 때에도 이와 같이 한다.
Khi gia đình có lễ và trong sinh hoạt hàng ngày, nam giới khi nắm hai tay vào nhau thường đặt tay trái lên trước, còn nữ giới thì đặt tay phải lên trước

③ 집안에서 상(喪)을 당하였을 때나 문상(問喪)을 갔을 때에는 남자는 오른손이 위로 가게 두 손을 포개어 잡으며, 여자는 왼손이 위로 가게 한다.
Khi gia đình có tang hoặc khi đi viếng tang, nam giới khi nắm hai bàn tay vào nhau thì đặt tay phải lên trước, nữ giới thì ngược lại, đặt tay trái lên trước.

④ 소매가 넓은 예복을 입었을 때에는 포개어 잡은 손과 팔이 수평이 되게 올린다.
Khi mặc lễ phục có ống tay rộng, cần nâng bàn tay nắm vào nhau, ngang bằng cánh tay

⑤ 소매가 좁은 평상복을 입었을 때에는 포개어 잡은 손의 엄지가 배꼽 부위에 닿도록 자연스럽게 앞으로 내린다.
Khi mặc áo có ống tay hẹp, nắm hai bàn tay rồi đặt trước bụng

⑥ 손을 포개어 잡고 앉을 때 손의 위치는, 남자는 두 다리의 중앙에 얹고 여자는 오른쪽 다리 위에 얹으며, 남녀 모두 한쪽 무릎을 세우고 앉을 때에는 세운 무릎 위에 얹는다.
Khi ngồi xuống, nam giới nắm hai bàn tay lại rồi đặt lên trên giữa hai chân, nữ giới nắm hai bàn tay rồi đặt lên chân phải. Khi đứng, chống một bên đầu gối lên trước và ngồi xuống, cả nam và nữ đặt bàn tay lên đầu gối được chống lên

2) 절하는 요령과 횟수 - Khẩu lệnh và số lần quỳ lạy

① 살아 있는 사람에게 절을 할 때에 우리나라 전통 예절에서는 남자는 한번, 여자는 두번을 기본 횟수로 하였으나 오늘날에는 똑같이 한번만 한다.
Khi lạy người lớn (ông bà, bố mẹ...), trước đây nam giới lạy một lần, nữ giới lạy hai lần nhưng ngày nay cả nam và nữ đều lạy một lần.

② 차례나 혼례 등의 의식행사와 죽은 사람에게는 기본횟수의 2배, 즉 남자는 두번, 여자는 네번을 한다.
Vào những ngày lễ như hôn lễ, ngày đám, ngày giỗ, nam giới lạy 2 lần, nữ giới lạy 4 lần

③ 절을 할 수 없는 장소에서 절할 대상을 만났을 때에는 절을 하지 않고 경례로 대신한다. 그러나 경례를 했더라도 절을 할 수 있는 장소로 옮겼으면 절을 한다.
Trong hoàn cảnh không thể quỳ lạy được, có thể không phải lạy và thay bằng việc chào một cách kính c n. Tuy nhiên, khi đã chào rồi, đến có thể quỳ lạy được thì vẫn phải quỳ lạy lại.

④ 절을 할 수 있는 장소에서 절할 대상을 만나면 지체 없이 절한다. '앉으세요'. '절 받으세요'라고 말한다.
Trong hoàn cảnh , điều kiện có thể quỳ lạy được, mời người nhận lạy ngồi xuống "an chư xê iô" và xin người đó nhận lạy của mình "chol bat tư xê iô".

⑤ 맞절을 할 때에는 아랫사람이 아랫자리에서 먼저 시작해 늦게 일어나고, 웃어른이 웃자리에서 늦게 시작해 먼저 일어난다.
Trong trường hợp cùng lạy, người dưới ngồi ở vị trí thấp hơn, bắt đầu lạy trước và đứng dậy muộn hơn, còn người lớn ngồi ở vị trí cao, bắt đầu muộn và đứng dậy trước.

⑥ 웃어른이 아랫사람의 절에 답배할 때에는 아랫사람이 절을 시작해 무릎을 꿇는 것을 본 다음에 시작해 아랫사람이 일어나기 전에 끝낸다. 비록 제자나 친구의 자녀 또는 자녀의 친구 및 16년 이하의 연하자라도 아랫사람이 성년(成年)이면 답배를 한다.
Người lớn sau khi nhận lạy của người dưới cũng phải đáp lễ lại bằng cách gật đầu ngay cả khi người đó là học trò, con cái, bạn bè của con hay là người kém khoảng trên 16 tuổi. Tóm lại, người lạy nếu là người trưởng thành thì người nhận lạy cũng phải đáp lễ lại

3) 남자가 절을 할 때의 예절 - Phép tắc quỳ lạy của nam giới

① 손을 포개어 잡고 대상을 향해 선다.
Nắm tay và đứng hướng nhìn người cần lạy.

② 허리를 굽혀 포개어 잡은 손을 바닥에 짚는다. (이때 손을 벌리지 않는다.)
Gập lưng, nắm bàn tay rồi chống tay xuống đất(không được buông tay ra)

③ 왼쪽 무릎을 먼저 꿇은 후 오른쪽 무릎을 왼쪽 무릎과 가지런히 꿇는다.
Khi quỳ, quỳ gối trái xuống trước sau đó quỳ gối phải ngang bằng với gối trái

④ 팔꿈치를 바닥에 붙이며 이마를 손등에 댄다. 이때 엉덩이가 들리지 않도록 한다.
Chống khuỷu tay xuống đất, cúi đầu xuống, trán chạm vào mu bàn tay. Lúc này chú ý không được nhóm dậy.

⑤ 잠시 머물러 있다가 머리를 들며 팔꿈치를 바닥에서 뗀다.
Giữ tư thế cúi đầu một lúc, sau đó ngáng đầu rồi nhấc khuỷu tay lên.

⑥ 오른쪽 무릎을 먼저 세운 뒤 포개어 잡은 손을 바닥에서 떼어 그 위에 얹는다.
Sau khi chống đầu gối chân phải lên, hai tay nắm lại rồi đặt lên trên đầu gối chân phải.

⑦ 오른쪽 무릎에 힘을 주며 일어나서 왼쪽 발을 오른쪽 발과 가지런히 모은다.
Dồn lực vào chân phải đứng dậy trước, sau đó kéo chân trái đứng sát cạnh chân phải.

4) 여자가 절을 할 때의 예절 _ Phép tắc quỳ lạy của nữ giới

◎ 큰절 : 부모님, 친척 어른, 제례 등의 의식행사에 쓰임
Lạy lớn : Dùng khi lạy bố mẹ, người lớn trong họ hàng trong những ngày lễ lớn.

① 포개어 잡은 손을 어깨높이로 수평이 되게 올린다.
Chắp hai tay đưa cao lên bằng vai.

② 고개를 숙여 이마를 손등에 붙인다. (엄지손가락 안쪽으로 바닥을 볼 수 있게 한다.)
Cúi đầu, đặt mu bàn tay lên trán, mắt nhìn được xuống đất ngón tay cái hướng vào phía trong.

③ 왼쪽 무릎을 먼저 꿇은 후 오른쪽 무릎을 왼쪽 무릎과 가지런히 꿇는다.
Khuỷu gối trái xuống trước sau đó khuỵu gối phải xuống ngay cạnh gối trái.

④ 오른쪽 발이 앞(아래)이 되게 발등을 포개며 뒤꿈치를 벌리고 엉덩이를 내려 깊이 앉는다.
Chống khuỷu tay xuống đất, cúi đầu xuống, trán chạm vào mu bàn tay. Lúc này chú ý không được nhỏm dậy.

⑤ 윗몸을 반(45도)쯤 앞으로 굽힌다. 이때 손등이 이마에서 떨어지지 않도록 주의한다.
Cúi người về phía trước khoảng 45 độ. Lúc này chú ý tay vẫn để nguyên trên trán

⑥ 잠시 머물러 있다가 윗몸을 일으킨다.
Để như vậy một lúc rồi nâng người lên.

⑦ 오른쪽 무릎을 먼저 세운다.
Dồn lực vào chân phải đứng dậy trước, sau đó kéo chân trái đứng sát cạnh chân phải.

⑧ 일어나면서 왼쪽 발을 오른쪽 발과 가지런히 모은다.
Đứng dậy để chân phải và chân trái sát cạnh nhau

⑨ 수평으로 올렸던 손을 원위치로 내리며 고개를 반듯하게 세운다.
Tay hạ xuống để về vị trí cũ, đầu ngẩng

◎ 평절 : 선생님, 연장자, 형님, 누님 인사
　Lạy thông thường : Dùng khi chào người lớn tuổi trong gia đình như anh chị hay thầy cô giáo.

① 포개어 잡은 손을 풀어 양 옆으로 자연스럽게 내린다.
　Buông lỏng tay tự nhiên để sang hai bên

② 왼쪽 무릎을 먼저 꿇은 후 오른쪽 무릎을 왼쪽 무릎과 가지런히 꿇는다.
　Khuỵu gối trái xuống sau đó khuỵu gối phải cạnh gối trái

③ 오른쪽 발이 앞(아래)이 되게 발등을 포개며 뒤꿈치를 벌리고 엉덩이를 내려 깊이 앉는다.
　Chồng hai bàn chân vào nhau, chân phải hạ xuống trước, mở gót chân ra sau đó ngồi lên hai bàn chân.

④ 손가락을 가지런히 붙여 모아서 손끝이 밖(양 옆)을 향하게 무릎과 가지런히 바닥에 댄다.
　Đặt bàn tay cạnh nhau ngón tay hướng ra hai bên, sau đó đặt xuống ngay ngắn với đầu gối

⑤ 윗몸을 반(45도)쯤 앞으로 굽히며 두 손바닥을 바닥에 댄다. (이때 엉덩이가 들리지 않도록 하며, 어깨가 치솟아 목이 묻히지 않도록 팔을 약간 굽혀도 괜찮다.)
　Cúi người về phía trước 45 độ, chạm hai tay xuống đất. (Lúc này chú ý không được nhổm hông, vai không chạm vào cổ, có thể hơi khuỵu tay cũng được)

⑥ 잠시 머물러 있다가 윗몸을 일으키며 두 손바닥을 바닥에서 뗀다.
　Để trong tư thế đó một lúc rồi nâng người lên, nhắc bàn tay khỏi đất.

⑦ 오른쪽 무릎을 먼저 세우며 손끝을 바닥에서 뗀다.
  Chống gối phải lên và nhấc tay ra khỏi đất.

⑧ 일어나면서 왼쪽 발을 오른쪽 발과 가지런히 모은다.
  Vừa đứng dậy, vừa kéo chân trái đặt sát cạnh chân phải

⑨ 손을 다시 포개어 잡고 원래 자세를 취한다.
  Nắm tay để về vị trí cũ

10. 가족이나 가까운 친척의 상을 당했을 때의 예절
  Phép tắc khi họ hàng có tang

① 사람이 위독하면 병원에 입원하기도 하나 가능하면 평소 살던 집의 안방으로 모시고 머리가 동쪽으로 향하게 눕힌다.
  Nếu người bệnh mắc bệnh nặng thì có thể nhập viện. Còn nếu không thì đưa người bệnh vào phòng trong, để đầu nằm hướng về phía đông.

② 환자가 보고 싶어할 사람과 환자를 보아야 할 사람에게 연락을 취한 뒤 환자의 곁을 떠나지 않고 조용히 지킨다.
  Chăm sóc người bệnh chu đáo, thông báo với người thân

③ 집의 안팎을 정돈하고, 환자가 세상을 떠났을 때 알려야 할 곳을 기록해 정리하고, 가족들이 해야 할 일도 각자 준비한다.
  Dọn dẹp nhà sạch sẽ, ghi lại những nơi cần báo khi người bệnh qua đời, mỗi thành viên trong gia đình phải chuẩn bị tốt cho công việc trong đám tang.

④ 환자의 마지막 유언을 조용한 가운데 잘 듣도록 한다.
  Chú ý yên lặng, lắng nghe lời căn dặn của người sắp đi xa

⑤ 환자의 더러워진 옷을 깨끗한 옷으로 갈아입힌다.
Thay áo sạch cho người bệnh

⑥ 가능하면 의사가 환자의 곁을 지키도록 하고, 그렇지 못할 때에는 환자의 입이나 코 위에 솜 등을 얇게 펴놓아 숨지는 것을 알 수 있도록 한다.
Nếu có điều kiện thì có thể gọi bác sĩ đến ở bên cạnh người bệnh để theo dõi bệnh. Trong trường hợp không làm được như vậy, để bông nhẹ lên mũi, mồm người bệnh để theo dõi việc hô hấp của bệnh nhân

⑦ 환자가 숨을 거두면 의사를 청해 사망을 확인하고 사망진단서를 받는다.
Khi người bệnh ngừng thở, cần gọi bác sĩ đến xác nhận lại và chuẩn đoán tử vong

⑧ 사망이 확인되면 지키던 가족과 친척들은 슬픔을 다한다.
Sau khi đã xác nhận tử vong, gia đình họ hàng cùng nhau chia buồn.

⑨ 숨을 거둔 후 한 시간 내에 반드시 죽은 이의 가족이 주검을 잘 수습하여 모신다.
Trong vòng một tiếng sau khi người bệnh tắt thở, gia đình phải làm những thủ tục sau đối với người đã mất

1) 죽은 이의 눈을 쓸어내려 잠자듯이 감긴 후 머리가 남쪽으로 가도록 방의 한쪽에 반듯하게 눕힌다.
Vuốt mắt cho người đã mất, sau đó đặt nằm về một bên của phòng, đầu hướng về phía Nam.
2) 주검의 발바닥을 벽에 닿도록 하여 반듯한 모습으로 유지시키고, 무릎을 곧게 펴서 붕대나 백지 등으로 묶는다.
Giữ thi thể thẳng, chân chạm tường, duỗi thẳng đầu gối và buộc bằng gạc hoặc giấy trắng.

3) 두 손은 배 위로 모아 오른손이 위로 가도록(여자의 경우는 왼손이 위로 가도록 함) 포갠 뒤 역시 붕대나 백지 등으로 묶는다.
Để hai tay lên bụng, tay phải lên trên (Trường hợp là nữ giới đặt tay trái lên trên). Sau khi để chồng hai tay lên nhau, chúng ta cũng buộc bằng gạc hoặc giấy trắng

4) 주검의 머리를 반듯하게 유지시키고 입에는 나무젓가락을 등에 솜을 말아 물려서 오므려지지 않도록 한 후, 솜으로 귀를 막고 가제 등으로 코와 입을 덮어 벌레나 곤충 따위가 들어가지 못하도록 한다.
Giữ đầu thi thể thẳng, cuộn bông cho vào miệng, tai, dùng khăn nhỏ phủ lên miệng, mũi để tránh côn trùng, sâu bọ

5) 홑이불로 얼굴을 포함한 몸 전체를 덮는다.
Phủ một lớp chăn lên toàn bộ cơ thể.

⑩ 주검 앞을 병풍이나 장막으로 잘 가리고, 그 앞에 향상(香床)을 차려 향을 피우며, 두 개의 촛대를 좌우에 세워 촛불을 켜 빈소(殯所)를 차린다.
Dùng trướng để che thi thể, đặt bàn hương phía trước, thắp hương. Tiếp đó, đặt hai chân nến ở hai bên trái phải, thắp nến và làm tang lễ.

⑪ 방안을 다시 정리한 뒤, 빈소를 지키며 조문객을 맞는다.
Sau khi dọn dẹp phòng trong xong, trông hương và đón khách đến viếng tang

⑫ 시신을 입관(入棺)한 다음, 가족과 가까운 친척들은 상복으로 갈아입는다. 한복을 입을 경우에는 흰색으로, 양복을 입을 경우에는 검은색 양복과 넥타이를 사용한다. 머리에는 무명으로 만든 흰색의 건(巾)을 쓰거나 삼베로 만든 건을 쓰며, 여자의 경우는 흰색 머리쓰게를 쓴다.
Sau cho thi thể vào quan tài, mọi người trong gia đình mặc tang phục. Nếu mặc Han bốc thì mặc áo màu trắng. Trường hợp mặc complê thì thắt cà vạt màu đen. Nam nữ đội mũ tang vải màu trắng (mũ nam, nữ khác nhau)

11. 제사 지낼 때의 마음가짐
Tinh thần trong ngày lễ, ngày giỗ

① 복장은 한복이나 양복 정장을 입거나 평상복일 경우에는 화려하지 않은 단정한 옷차림을 한다.
Trang phục thường là Han bốc hoặc complê, véc, nếu là thường phục thì không mặc áo màu sặc sỡ

② 제사 전날에는 몸을 깨끗이 닦고 경건한 마음가짐을 갖는다.
Trước ngày lễ, giữ thân thể sạch sẽ

③ 제사 준비는 모든 가족이 힘을 모아야 하므로 반드시 부모님을 도와 제사에 함께 참여할 수 있도록 한다.
Chuẩn bị cho ngày lễ, toàn thể gia đình họp lại cùng giúp đỡ bố mẹ, cùng tham gia chuẩn bị cho buổi lễ

④ 제사를 지낼 때에는 왼손이 위로 가도록 (여자의 경우는 오른손이 위로 가도록) 손을 포개어 잡고 다소곳하게 서 있는다.
Khi tiến hành buổi lễ, chắp hai tay vào nhau, để tay trái lên trên đặt trước bụng (nữ giới để tay phải lên)

⑤ 절을 할 때에는 전통의식에 따라 두 번 절한다.
Quỳ lạy hai lần theo tập tục cũ

⑥ 술잔을 올릴 때에는 무릎을 꿇고 단정히 앉아 두 손으로 술을 따른 다음 역시 두 손으로 잔을 받들어 올린다.
Khuyụ gối, dùng hai tay nâng cốc rượu lên bàn thờ, khi nhận rượu cũng dùng hai tay để đón rượu rồi đặt lên bàn thờ

⑦ 제사의 진행 절차는 부모님의 지시를 받아 그대로 따른다.
Mỗi bước thực hiện trong buổi lễ đều làm theo sự chỉ bảo của bố mẹ

⑧ 제사가 진행중일 때에는 옆 사람과 잡담을 하거나 불필요하게 움직이는 일이 없도록 주의 한다.
   Khi buổi lễ đang tiến hành, không được nói chuyện với người khác, hoặc di chuyển, làm những động tác không cần thiết

12. 문상을 할 때의 예절
   Lịch sự khi viếng tang

① 옷차림은 화려하거나 색상이 요란한 옷을 피하고 단정하게 입어야 한다.
   Tránh mặc quần áo màu sặc sỡ

② 먼저 호상소로 가서 자신의 신분을 알리고 분향소로 안내를 받는다.
   Trước tiên, chúng ta đến nơi đón tiếp khách viếng tang để báo cho tang chủ biết thân thế của mình sau đó vào viếng tang

③ 영정 앞으로 나아가 향을 피우고 오른손이 위로 가도록(여자의 경우는 왼손이 위로 가도록) 포개어 잡은 뒤 잠시 서서 죽은이를 추모하며 슬픔을 나타낸다.
   Khi vào viếng, hướng về phía ảnh người mất, sau khi thắp hương, chắp hai tay lại, tay phải đặt lên trên (nữ giới tay trái đặt lên trên) trong tư thế đó, khách viếng tang nhớ lại những kỉ niệm với người quá cố và bày tỏ lòng thương xót của mình

④ 두세 걸음 뒤로 물러나서 영정을 향하여 두 번 절하며, 이 때에도 손은 앞의 요령에 따라 포개어 잡는다.
   Lùi lại sau hai ba bước, hướng về ảnh người đã khuất và lạy hai lần. Lúc này chắp tay và làm theo các bước như đã hướng dẫn ở trên

⑤ 약간 뒤로 물러나서 상제가 있는 쪽을 향해 선 뒤, 상제에게 한 번 절한다.

Sau đó lùi lại phía sau một chút, đứng hướng về phía thân nhân của người quá cố và lạy một lần

⑥ 절을 마친 뒤 꿇어앉아 "얼마나 슬프십니까" 등 상황에 적합한 인사말을 한다.
Sau khi lạy xong, ngồi quỳ xuống và hỏi thăm "ol ma na, xưl phư xim ni ca - xin chia buồn cùng gia đình"

⑦ 조문할 다른 손님이 기다리고 있으면 공손한 자세로 물러난다.
Để dành chỗ cho khách viếng tang khác, nhẹ nhàng, lịch sự lui ra

⑧ 다시 호상소로 가서 준비된 부조금품 등을 내놓는다.
Quay lại nơi tiếp khách viếng tang để đưa tiền viếng

⑨ 대접하는 다과가 있으면 간단히 들고 일어난다.
Lấy bánh kẹo mà gia chủ đã chuẩn bị rồi đứng dậy

⑩ 부모님과 함께 문상을 갈 경우에는 부모님의 지시에 따라 조문한다.
Trường hợp đi viếng tang cùng bố mẹ, chúng ta làm theo những hướng dẫn của bố mẹ

IV. 국기 및 국가에 대한 예절-
Những phép tắc đối với quốc gia và quốc kì

국기게양 Những ngày treo Quốc kì

경축일에는 깃봉과 기폭 사이를 띄지 않고, 조의를 표할 때에만 깃봉과 깃폭사이를 기폭만큼 내려(조기) 게양합니다.

Trong những dịp lễ chào mừng, treo cờ sát đầu cán cờ.

Thể hiện lòng biết ơn và tưởng nhớ tới các chiến sĩ trong ngày thương binh liệt sĩ, treo cờ cách đầu cán cờ một khoảng bằng chiều rộng của lá cờ.

- 국기 다는 날(경축일) - Treo cờ trong ngày lễ lớn

3월 1일(3.1절), 7월 17일(제헌절), 8월 15일(광복절), 10월 1일(국군의 날), 10월 3일(개천절), 10월 9일(한글날)

3월 1일(3.1절), 7월 17일(제헌절), 8월 15일(광복절), 10월 1일(국군의 날),

10월 3일(개천절), 10월 9일(한글날)

Ngày 3.1, ngày hiến pháp 17.7, ngày giải phóng 15.8, ngày quân đội 1.10, ngày khai nước 3.10, ngày chữ Hangul 9.10

- 조기 다는 날 - Treo cờ trong ngày thương binh liệt sĩ

6월 6일(현충일) - 6.6

국기에 대한 예절 Phép tắc với Quốc kì

(1) 국기는 국가의 상징이므로 게양하지 않을 때에는 반드시 깨끗한 함에 넣어 소중하게 보관한다.
Quốc kì là biểu tượng của quốc gia nên cần bảo quản giữ gìn sạch sẽ, trân trọng.

(2) 국기의 색이 바라거나 더럽혀진 경우, 낡아서 더 이상 사용이 곤란한 경우에는 반드시 소각하도록 한다.
Đốt Quốc kì bị biến sắc hoặc không dùng được nữa.

(3) 국기를 게양하거나 내릴 때에는 국기가 땅에 닿거나 끌리지 않도록 주의한다.
Cần chú ý không để Quốc kì chạm đất hoặc kéo lê khi kéo cờ hoặc hạ cờ.

(4) 국경일이나 현충일 등의 기념일에는 반드시 국기를 게양하도록 하며, 가정에서 국기를 게양할 때에는 집 밖에서 보아 대문의 왼쪽에 게양한다.
Treo cờ trong ngày Quốc Khánh, ngày lễ, ngày thương binh liệt sĩ. Khi treo cờ ở nhà phải treo ra bên ngoài phía trái cửa chính.

(5) 평상시나 경축일 등에 게양할 때에는 국기를 깃봉 바로 밑에 이어 게양한다.
Trong những dịp lễ chào mừng, treo cờ sát đầu cán cờ.

(6) 현충일 등 조의를 표해야 할 때에는 깃봉과 깃면 사이를 깃면의 너비만큼 띄워 게양한다. 단, 깃대가 짧을 경우에는 깃대의 중간 위치에 국기를 게양한다.

Thể hiện lòng biết ơn và tưởng nhớ tới các chiến sĩ trong ngày thương binh liệt sĩ, treo cờ cách đầu cán cờ một khoảng bằng chiều rộng của lá cờ. Trong trường hợp cán cờ ngắn, treo cờ ở giữa cán.

(7) 비나 눈이 올 때에는 국기를 게양하지 않는다. 게양한 후에 비나 눈이 올 경우에는 즉시 거두어들였다가 날이 개면 다시 게양하여야 한다.
Không treo cờ những ngày mưa, tuyết. Đang treo gặp trời mưa, tuyết thì phải thu cờ vào ngay rồi treo lại khi trời quang, mây tạnh.

(8) 국기에 대해 경례를 할 때, 평상복을 입은 사람은 국기를 향해 바른 자세로 서서 오른손을 펴 왼쪽 가슴에 올리고 국기에 주목한다.
Khi chào cờ tư thế đứng nghiêm, tay trái đưa lên ngực và mắt hướng nhìn cờ.

(9) 평상복을 입은 상태에서 모자를 쓰고 있을 경우에는 오른손으로 모자를 벗어들고 모자의 안쪽을 왼쪽가슴에 댄 채 국기에 주목한다.
Trường hợp mặc thường phục, có đội mũ, dùng tay phải bỏ mũ ra, đưa tay phải lên ngực, áp mặt trong mũ vào ngực.

(10) 군인이나 경찰관 등 제복을 입은 사람은 거수경례를 하고 국기에 주목한다.
Bộ đội hay cảnh sát mặc lễ phục giơ tay chào và hướng mắt nhìn cờ.

(11) 국기의 게양식 및 하강식이 진행될 때, 국기를 볼 수 있는 위치에 있는 사람은 국기를 향하여 경계를 하며, 애국가 연주만 들리는 경우에는 그 방향을 향해 바른 자세로 선 채 연주가 끝날 때까지 움직이지 않는다.
Trong lễ chào cờ và lễ hạ cờ, người trực tiếp dự buổi lễ phải đứng nghiêm trang, kính cẩn, mắt hướng về phía cờ. Còn trong trường hợp chỉ nghe thấy tiếng nhạc Quốc ca người đó phải đó phải hướng về phía có tiếng nhạc với tư thế nghiêm trang và không được di chuyển cho đến khi kết thúc bản nhạc.

태극기(국기) Quốc kì Hàn Quốc

- 태극기에 담긴 뜻 – Ý nghĩa tiềm ẩn trong lá cờ

▢ 바탕(nền) - 흰색 : 우리민족이 좋아하는 색 → 백의민족
  Màu trắng này là màu trắng của dân tộc, là màu mà người Hàn Quốc ưa thích
- 깨끗함, 순박함, 평화를 나타냄:
  Màu trắng thể hiện sự tinh khiết, thuần túy và hòa bình

◯ 원(hình tròn) - 태극무늬를 둘러싸고 있는 원은 우주를 상징
  Hình tròn bao quanh thái cực tượng trưng cho vũ trụ bao la.
- 단일성, 원만함, 통일성을 나타냄
  Đây là sự thể hiện tính hài hòa thống nhất, đơn nhất của dân tộc

● 태극(Thái cực) - 위쪽(붉은색)~양의 세계
  Màu đỏ bên trên chính là thế giới mặt trời (dương)

- 아래(파란색)~음의 세계
  Màu trắng ở dưới chính là thế giới mặt trăng (âm)
- 서로 맞물려 돌아가는 모습 ~ 음과 양이세상의 모든 만물을 탄생시킴을 상징
  Hình dáng đan quyện vào nhau là biểu tượng thể hiện sự xuất hiện vạn vật của thế giới âm và dương

- 우리 민족의 무궁한 발전과 창조정신을 나타냄

Hình tượng này thể hiện tinh thần sáng tạo phát triển không ngừng của dân tộc chúng ta.

- 태극기(4괘) - Cờ thái cực (4 góc)

- 건(☰) : 하늘을 나타냄 - góc trên bên trái thể hiện bầu trời (thiên)
  - 계절 : 봄 - mùa xuân
  - 방향 : 동쪽 - hướng đông
  - 뜻: 너그럽고 어짐(인)

  Ý nghĩa: nhân hậu (nhân)

- 곤(☷) : 땅을 나타냄 - Góc trên bên phải thể hiện hình tượng đất (địa)
  - 계절 : 여름 - mùa hè
  - 방향 : 서쪽 - hướng tây
  - 뜻: 의로움(의)

  Ý nghĩa: nghĩa lý, chí tín (nghĩa)

- 감(☵) : 달 또는 물을 나타냄 - góc dưới bên trái biểu tượng nước hay mặt trăng (thủy)
  - 계절 : 겨울 - mùa đông
  - 방향 : 북쪽 - hướng bắc
  - 뜻 : 지혜(지)

  Ý nghĩa : trí tuệ (trí)

- 이(☲) : 해 또는 불을 나타냄 - góc dưới bên phải biểu tượng cho lửa (hỏa)
  - 계절 : 가을 - mùa thu
  - 방향 : 남쪽 - hướng nam
  - 뜻: 예의(예)

  Ý nghĩa: lễ nghĩa (lễ)

국가國歌에 대한 예절 Những phép tắc khi hát quốc ca

(1) 우리의 국가인 '애국가(愛國歌)'에 대해서는 4절까지의 가사 전체를 정확히 알고 있어야 함은 물론 그 속에 포함된 의미도 이해하고 있어야 한다.
Quốc ca của chúng ta là "e cuc ca" (có thể tạm dịch: bài ca yêu nước) gồm 4 đoạn. Chúng ta phải biết chính xác lời và nắm được ý nghĩa của bài quốc ca.

(2) 국민의례시 애국가 제창은 4절까지 하는 것을 원칙으로 하나, 부득이한 경우에는 1절만 제창할 수도 있다.
Về nguyên tắc chúng ta phải hát cả 4 đoạn của bài quốc ca, nhưng thực tế trong các buổi lễ khi chào cờ chúng ta có thể hát đoạn một thôi.

(3) 애국가를 제창할 때에는 경건한 마음으로 일어서서 끝날 때까지 움직이지 않는다.
hi hát quốc ca, chúng ta phải thể hiện được sự tôn nghiêm, mạnh mẽ và không được di chuyển cho đến khi bài quốc ca kết thúc.

(4) 보행중이거나 기타 다른 일을 하다가도 애국가 연주나 가창이 들리면 즉시 바른 자세를 취하고 끝날 때까지 움직이지 않는다.
Khi đang đi hay đang làm việc gì đó mà nghe thấy bản nhạc quốc ca, chúng ta cần phải đứng nghiêm và không di chuyển cho đến khi bản nhạc kết thúc.

(5) 애국가는 어떤 경우라도 가사를 함부로 고쳐 부르거나 곡을 변조하여 불러서는 안 된다.
Lời của bài quốc ca không được tùy ý chỉnh sửa, hát xuyên tạc.

애국가(국가) Quốc ca : bài ca yêu nước

애국가 가사에 담긴 뜻: Ý nghĩa tiềm ẩn trong bài Quốc ca

- 제1절 - Đoạn 1

동해물과 백두산이 마르고 닳도록 하느님이 보우하사 우리나라 만세 (넓고 깊은 동해 바다와 높고 푸른 백두산은 우리의 상징이다. 단군시대부터 오늘까지 긴 역사를 지켜왔다.)
Đất nước ta rộng lớn, tươi đẹp, có biển Đông sâu thẳm và núi Baekdoo cao xanh và trang lịch sử dài từ thời Dankook đến nay.

- 제2절 - Đoạn 2

남산위에 저 소나무 철갑을 두른 듯 바람서리 불변함은 우리 기상일세 (소나무의 푸른 모습에서 충신, 열사의 지조를 생각한다. 어려움 속에서도 뜻을 굽히지 않는 지조는 우리의 자랑이다.)
Hình ảnh cây thông xanh tượng trưng cho lòng trung tín, kiên cường dù gặp bắt kì khó khăn nào cũng không chịu khuất phục đầu hàng của dân tộc. Đây chính là niềm tự hào của chúng ta.

- 제3절 - Đoạn 3

가을 하늘 공활한데 높고 구름없이 밝은 달은 우리가슴 일편단심일세 (맑고 푸른 가을 하늘을 이상을 갖는다. 나라와 겨레를 위하여 충성심을 가슴 깊이 간직한다.)
Chúng ta nhìn trời trong xanh và luôn mang hi vọng tràn ngập ánh sáng của lý tưởng. Đồng thời lòng trung thành vì đất nước, vì sự đoàn kết dân tộc luôn khắc sâu trong tiềm thức chúng ta.

- 제4절 - Đoạn 4

이 기상과 이맘으로 충성을 다하여 괴로우나 즐거우나 나라 사랑하세 (우리 민족은 평화를 상징하는민족이다. 끊임없는 침략 속에서도 우리 민족은 단결하여 외적을 물리쳤다.)
Dân tộc chúng ta là dân tộc tượng trưng cho hòa bình.Chúng ta đã đoàn kết đánh đuổi giặc ngoại xâm giành lại độc lập cho đất nước.

- 후렴 - Điệp khúc

무궁화 삼천리 화려강산 대한사람 대한으로 길이 보전하세 (무궁화 피어나는 우리 강산은 아주 아름답다. 우리 모두 삼천리 강산에 무궁화를 심고 가꾸자. 다같이 힘 모아 나라를 지키자.)
Đất nước tươi đẹp vô cùng với núi Kangsang , có hoa "mu cung hoa" tượng trưng cho sự bền vững mãi mãi của đất nước . Chúng ta hãy cùng nhau lên núi trồng nhiều hoa làm đẹp đất nước, cùng hợp sức giữ trọn giang sơn này.

나라꽃 무궁화 Hoa đất nước "mu cung hoa"

① 반만년 유구한 역사와 더불어 흐르는 배달겨레의 얼이 담긴 꽃
Hoa tượng trưng cho tinh thần đoàn kết một lòng của dân tộc theo dòng chảy lịch sử 5000năm.

② 해뜸과 동시에 피어서 해짐과 함께 지는 항상 새로운 꽃
Hoa nở khi mặt trời lên và tàn khi mặt trời lặn.

③ 7월에서 10월까지 100일 간에 걸쳐 끊임없이 피어나는 꽃
Hoa nở liên tục trong vòng 100 ngày từ tháng 7 đến tháng 10.

④ 8월 15일경에 가장 활짝피며 태극모형의 씨를 가진 꽃
Hoa nở vào khoảng 15.8 và hình bông hoa giống hình thái cực.

⑤ 애국가의 후렴속에 항상 피어나는 조국통일을 염원하는 꽃
Trong điệp khúc của bài ca yêu nước, hoa tượng trưng cho sự thiết tha mong muốn tổ quốc thống nhất.

단심
Tan xim

배달
Be tan

아사달
A xi tal